உதிர்வு

லிவின்

உதிர்வு	:	நாவல்
ஆசிரியர்	:	லிவின்
	:	© ஆசிரியருக்கு
முதற்பதிப்பு	:	நவம்பர் 2024
அட்டை வடிவமைப்பு	:	லிவின்
வெளியீடு	:	வம்சி புக்ஸ்
		19, டி.எம்.சாரோன்,
		திருவண்ணாமலை - 606 601
		9445870995, 04175 - 235806
அச்சாக்கம்	:	மணி ஆப்செட், சென்னை - 600 077
விலை	:	₹ 225/-
ISBN	:	978-93-93725-89-9

Uthirvu	:	Novel
Author	:	Livin
	:	© Author
First Edition	:	November 2024
Cover Design	:	Livin
Published by	:	Vamsi books
		19.D.M.Saron,
		Tiruvannamalai - 606 601
		9445870995, 04175 - 235806
Printed by	:	Mani Offset, Chennai - 600 077
Price	:	₹ 225/-
ISBN	:	978-93-93725-89-9

www.vamsibooks.com - e-mail: kvshylajatvm@gmail.com

பெண்ணாகப் பிறந்த அத்தனை பேருக்கும்...

உணர்வுகளின் கொந்தளிப்பாய் ஒரு மனநிலை

ஆறு மாதங்களாகவே ஒரு வரி கூட படிக்க முடியவில்லை. தினமும் ஏதாவது ஒரு பக்கத்தையாவது படித்துவிட்டுத் தான் தூக்கம் என்ற பழக்கம் வேறு உறுத்திக் கொண்டேயிருந்தது. ஆனால் வலிந்து உட்கார்ந்தாலும் வரிகள் ஓடியதே தவிர மனதிற்குள் பதியவில்லை. அப்படியொரு மனநிலையிலிருந்தேன்.

சொந்த மாநிலத்தில் பத்துநாட்கள் நண்பர்களுடன், அவர்கள் வீட்டிலும் பயணத்திலும் இருந்தபோது ஒரு நாள் எதையோ தவற விட்ட உணர்வு உந்தித்தள்ள என் கை பேசியில் என்னென்ன புத்தகங்கள் பதிப்புக்காக வந்திருக்கிறதென என்றாவது பார்க்கலாமே என்று மெயில் பாக்ஸைத் திறந்தேன். அது ஒரு மூன்றாவது மாடியின் முன்தளம். நல்ல காற்று. மனம் இரைச்சலடங்கி கொஞ்சம் அமைதியாயிருந்தது. அலை அடங்கின மனசு எதையாவது பதித்துக் கொள்ளேன் என்று யாசித்தபோது எனக்கு வந்த கடிதங்களில் 'லிவின்' என்ற எழுத்தாளர் பெயரில் ஒரு நாவல் 'உதிர்வு' என வந்திருந்தது. படிக்க ஆரம்பித்தேன்.

என் எல்லா அனுமானங்களையும் வெட்டி வெட்டி லிவின் முன்னேறிக் கொண்டேயிருந்தார். ஒரு பெண் கதை சொல்லியாய் தன் வாழ்வை குறுக்கு வெட்டு தோற்றத்தோடு பார்க்கும் வாழ்வியல். தன் துக்கம், மகிழ்வு, காதல், எதிர்பார்ப்பு, அதன் தகர்தல், எரிச்சல், வெறுப்பு, நோய்மை, பிளவு, புரிந்துணர்தல் என எல்லா

உணர்வுகளையும் அந்தப் பெண்ணின் கண் வழி நம்மைக் காண வைத்திருக்கிறார். நிகழ்வுகளை விட நினைவுகளில் மட்டுமே வாழும் மனிதர்கள் இருக்கிறார்கள் தானே! இன்னும் சிலர் நிகழ்காலத்தில் வாழாமல் எதிர்காலத்திலேயே அதன் மகிழ்வில், நிம்மதியில், சொகுசில் வாழப் பழகிக் கொள்வார்கள்தானே. அதில் முதல் ரகத்தில் தன் வாழ்க்கையை வாழ்பவள் நம் நாயகி 'நந்தவள்ளி'. எல்லா நிகழ்வுகளையும் தன் மனநிலையோடு ஒத்துப் பார்த்து அதில் சந்தோஷித்து துயரடைந்து போகும் மனநிலையுள்ளவள். அவளுடனே பயணப்பட்டேன்.

முதல் நான்கைந்து பகுதிகளிலேயே என்னை நிமிர்ந்து உட்காரவைத்து இன்னுமின்னும் ஆவேசமாக வாசிக்க வைத்தது. லிவினும் நந்தவள்ளியும் சேதுவும் சில துணைக் கதாபாத்திரங்களும் மட்டுமேயான இருநூறு பக்க நாவலை அடைத்துக் கொண்டு கச்சிதமாய் இரண்டு மணிநேரத்தில் படித்து முடித்தேன். அங்கிருந்தே லிவினை அழைத்துப் பேசினேன். உங்கள் நாவல் எனக்குப் பிடித்திருக்கிறது, கொஞ்சம் மாறுதல்கள் செய்து கொடுங்கள் என்று கேட்டிருந்தேன். மிகச் சில திருத்தங்களே தேவைப்பட்டன.

மனித மனதின் எல்லா உணர்வுகளையும் சொல்லிக் கொண்டு போகும் வாழ்வியல் பாதையில் திகட்டத் திகட்ட இவ்வளவு அன்பா என்று ஆச்சரியப்பட்டு நின்றபோது சடாலென ஒரு பிளவு, ஈட்டி கொண்டு குத்தியது போல ரத்தத் தெறிப்பு. மிக அழகாய் அதிலிருந்து வெளி வந்தாலும், என்னதான் நாம் சரியானாலும் இனி பழைய மாதிரி வாழ முடியாது என்றுணரும் தருணங்கள், மிக இயல்பாக வந்திருக்கின்றன.

நந்தவள்ளியின் அம்மாவும் சேதுவின் அம்மாவும் யாருக்கும் வாய்க்கக் கூடாத அம்மாக்கள். இப்படியொரு துயரை ஒரு பெண்

நேரிடக் கூடுமா என்று நினைக்கும்போதுதான் வாழ்க்கை இதோ இதோ என்று பலரையும் நம்முன் காட்டுகிறது. எல்லாத் துயரும் சில நேரங்களில் ஒரு வாழ்க்கையிலேயே வந்து கொண்டிருப்பதை நாம் பார்த்து கொண்டிருக்கிறோம் இல்லையா! கனமான தருணங்களும் வாழ்வும்! அப்படியான துயர உறவுகளைத் தந்த இயற்கைதான் 'பட்டாளம் சார், மரியம்மாள்' என்ற இரு பாத்திரங்களையும் இந்த வாழ்வில் நமக்குத் தருகிறது.

ஒரு பெண் கதை சொல்லியாய் இருந்தாலும் ஆணின் பக்கம் இதில் பதியப்படவேயில்லை. அவன் தன் இருண்ட வாழ்க்கையின் எல்லா நிகழ்வுகளையும், நிறங்களையும், உருவங்களையும் ஒரே மாதிரிப் பார்த்தவனாக உருவாக்கப்பட்டவன் தன் மொழியையும் அப்படிச் சுருக்கிக் கொண்டானோ! அவன் இன்னும் கொஞ்சம் தன்னை வெளிப்படுத்தியிருக்கலாம் அல்லது பதிந்திருக்கலாம்.

நந்தவள்ளி தன் உடல் நலிவின் தொடக்கத்தைப் பெரிதாக எடுத்துக் கொள்ளாமல், பிறகு துன்பப்படுவதும், அந்த துன்பத்துக்குத் தானே காரணமென்று குற்ற உணர்ச்சி கொள்வதும் பெரும்பான்மையான பெண்கள் செய்வதுதான். அவளே தன்னை நேசிக்காமல் தன்னை ஒரு பொருட்டாகவே கொள்ளாமல் பிறகு நோய்மை உடலை உருக்கிப் போட்டபிறகும் அதற்கும் தானேதான் காரணமென தன்னைச் சூழ்ந்துள்ள, எல்லாத் தீங்கிற்கும் காரணம் தான்தான் எனக் கருதும் மனப்பான்மைதான் பெண்ணிற்கான நல்ல குணமென்று இங்கே பெண்ணுக்குள்ளேய விதைக்கப்படுகிறது. அதிலிருந்து கடைசியாய் வெளிவந்தாலும் வாசகர்களுக்கு அது மனதில் பதியாமல் போய்விடுமோ என்ற தவிப்பு எனக்கு ஏற்படுகிறது. அதற்கான வாய்ப்புதான் அதிகமும் கூட. இதை மட்டும் இன்னும் லிவின் கவனத்தில் எடுத்துக் கொண்டிருக்கலாம்.

இது போன்ற சில கவனச்சிதறல்களைத் தவிர்த்துவிட்டால் இதொரு முழுமையான நல்ல படைப்பாக வந்திருக்கும். ஆனாலும் இரண்டாவது நாவலில் லிவின் சொன்ன விஷயங்களுக்கும் அதை சொன்ன விதத்திற்கும் கதையோட்டத்திற்கும் பாராட்டலாம். மேலும் மிக நல்ல படைப்புகளை இவரிடம் எதிர்பார்க்கலாம். அதற்கான சின்ன திரி தூண்டல்தான் இப்பதிப்பு.

வாழ்த்துக்கள் லிவின். நிறைய எழுதுங்கள்.

எளிமையான அன்போடு,

கே.வி. ஷைலஜா

அகம் சார்ந்த நம் வாழ்வில்
எத்தனை எத்தனை நிகழ்வுகள்.

அலைக்கழிக்கும் அத்தகைய இல்வாழ்க்கையில் இயல்பாக இருப்பதே பெரிய விஷயம். தெரிந்தோ தெரியாமலோ சூழலின் வசப்பட்டு நிகழும் ஒரு செயல் வாழ்வின் போக்கையே தீர்மானித்து விடுகிறது. அத்தகைய ஒரு செயல்பாட்டில் அந்த மனிதர்களின் வாழ்க்கை கடினமும் அழகுமாக மாறிவிடுகிறது.

பெண்ணின் தவிப்பையும் தாய்மையின் உணர்வையும் கொண்டு ஒரு முழுமையான குடும்ப வாழ்க்கைச் சித்திரத்தை உருவாக்கி இருக்கிறார் அப்படியான ஒரு தருணத்தை 'உதிர்வு' எனும் இப்புதினத்தில் அழகுற வசப்படுத்தி இருக்கிறார் லிவின்.

நாஞ்சில் நாட்டு மண்ணில் பிறந்த லிவினுக்கு இது இரண்டாவது நாவல்.

மேன்மேலும் மலர்ந்திட வாழ்த்துகிறேன்.

தியாகராஜன். பெ.
தியாகு நூலகம்.
கோவை. 30.

கதை உரை

கனத்த இதயத்தோடு பல வருடங்களாக மனதில் கிடந்த நினைவுகளின் வெளிப்பாடாக எழுதப்பட்டதே இந்த "உதிர்வு". இந்த நாவலை ஒரு கதையாக அல்லது ஒரு புனைவாக என்னால் எழுதவே இயலவில்லை. காரணம் என் ஊரில் என்னைச் சுற்றி என் அம்மா உட்பட, பலருக்கும் மார்பகப் புற்று நோய் வந்து சிகிச்சை எடுத்துக் கொண்டனர். சிலர் இறந்து போனார்கள். நான் என் அம்மாவோடு திருவனந்தபுரம் அரசு மருத்துவமனை புற்று நோய்ப் பிரிவில் சிகிச்சைகளுக்காக அமர்ந்திருந்த போது பார்த்த, பெண்களின் முகங்களில் இருந்த பயமும், வலிகளுமே இந்த நாவலின் வரிகள். அந்த வலியை இன்னொரு பெண் அனுபவித்துவிடாமல் இருக்க எடுக்கும் சிறு முயற்சியே இந்த நாவல்.

பெண் உடலை அவள் புரிந்து கொள்ளுதல் என்பது, முதல் மாதவிடாயில் தொடங்க வேண்டும். மூன்று முக்கியமான உடல் சார்ந்த வாழ்கையை இந்த நாவல் தொட்டுச் செல்கிறது. பெண் உடலைப் பற்றி அவள் முழுமையாக அறிந்துகொள்ளும் போது தான் ஒரு ஆரோக்கியமான சமூகம் உருவாக முடியும் என்பதை நம்புகிறேன். அந்த நம்பிக்கையை, பெண் கரு ஒன்று இந்த உலகத்திற்குள் பிறந்து வளர்ந்து மீண்டும் ஒரு கருவைச் சுமந்து பெற்றெடுக்கும் வாழ்க்கையை ஒரு முழு வட்டத்தில் வரைந்து, உண்மைச் சம்பவங்களின் அடிப்படையில் சொல்ல முயற்சி செய்திருக்கிறேன்.

அன்பும், அணைப்பும்

- லிவின்

writerlivin@gmail.com

சலங்கை ஒலி

நடனமாடி முடித்து இறுதி முத்திரையில் நின்றிருந்தேன், அரங்கமே எழுந்து நின்று கைதட்டி ஒலியில் அன்பை நிறைத்துத் தந்து கொண்டிருந்தார்கள். சேதுவும், மகளும் கூட கூட்டத்தில் முன் இருக்கையின் ஓரத்தில் நின்றிருந்தார்கள், சேது முகம் பூரித்திருந்தான். திரைமெதுவாக அடைந்துகொண்டுவந்தது. கரவொலி நிற்கவில்லை. நான் ஒப்பனை அறைக்கு வந்தபின்னரும் கரவொலி நிற்கவில்லை.

"பிரமாதம், பிரமாதம், எப்போதும் போல இன்றும் கலக்கிட்டீங்கோ போங்கோ"

என்று சபை அமைப்பாளர், தன் வலது கையில் வைத்திருந்த சிறு பையை அவர் வலது காதுக்கு அருகில் உயர்த்தி, வெளியே கேட்டுக்கொண்டிருந்த கரவொலியின் சத்தத்திற்கு இணைத்து கை அசைவில் பையில் தட்டி கர ஒலி தந்துகொண்டே ஒப்பனை அறைக்கு வந்தார்,

நான் மரியாதை நிமித்தமாக ஒரு சிறு தலைகுனிதலைத் தந்து, சின்னதாய் ஒரு புன்னகைப் பதிலை மட்டும் தந்தேன். மனதால் அவ்வளவுதான் பேச முடிந்தது.

"நீங்க உக்காருங்கோ நான் வந்தவாளுக்கு தாங்ஸ் சொல்லிடுறேன், நீங்க வந்து முகத்த காட்டிடுங்கோ, பத்திரிக்கைச் சந்திப்பும் உண்டு"

லிவின்

என்று சொல்லி முகம் முழுக்க பற்கள் தெரியச் சிரித்துவிட்டு அவசரமாக வெளியேறிச் சென்றார். அவருக்கு மீண்டும் சிறு புன்னகையை மட்டும் தந்துவிட்டு. வேர்வை முகத்தில் படிந்துவிடாமல் துடைப்பதைப் போல புகழ்ச்சியைத் துடைத்தெறிந்தேன். மூச்சிரைப்பதும், தாகமெடுப்பதும் அப்போதுதான் நினைவில் வந்தன. சீக்கிரமாக அலங்காரம் கலைத்து வெளியே செல்ல நினைத்தேன்; பத்திரிகைச் சந்திப்பு எவ்வளவு நேரமெடுக்கும் என மனதில் கணக்கிட்டுக்கொண்டே.

வலது பாதத்தைத் தூக்கி, குழந்தை போல மடி மேல் வைத்தேன். எண்ணங்களைப் போல சலங்கை முடிச்சுகளை அவிழ்த்தேன், நூல் முடிச்சுகளை அவிழ்க்கும்போது கண்கள் நிறைந்து, கண்ணீர் கசிந்து சலங்கையில் விழுந்தது. நினைவுகள் ஓசையில்லா மௌனத்தில் உறைந்திருந்தன. நடனத்தின் உராய்வில் சலங்கை முத்துக்கள் சூடாகியிருந்தன. சலங்கையில் விழுந்த கண்ணீர் காலம் மாய்வதைப் போல வடிந்து மாய்ந்தது. மெதுவாகச் சலங்கையை வருடி என் மனதையும் வருடிக்கொண்டேன். அவமான வலிகளின், ரேகையில் வரையப்பட்ட நினைவுகளின் சுமையை முழுவதுமாக இறக்கி வைக்க முடிவதில்லை. எதிரிலிருந்த ஒப்பனைக் கண்ணாடியில் என் முகத்தையும், உடலையும் பார்த்தவாறே, சிறு புன்னகை செய்தேன். என் நினைவுகளின் கிடங்கிலிருந்து போராட்டத்தின் நாட்கள் கண் முன் வந்து மறைந்தன, எத்தனை நாள்கள் நிம்மதிக்காக, உடலிலும் மனதிலும் ஆரோக்கியமான ஒரு நாளைத் தேடி அலைந்திருப்பேன்? ஒரு நாளை விட, ஒரு நொடியைத் தேடி எப்படிக் காத்திருந்திருப் பேன். நம்பிக்கையற்ற ஒரு புள்ளியில் நின்றுகொண்டு எந்தத் திசையில் கால் வைத்தாலும் பயத்தின் இருளுக்குள் விழுந்து, திரும்ப முடியாத ஒரு சுழலில் சிக்கிக்கொள்வது போல ஒவ்வொரு நொடியிலும் இருந்ததை, மனம் நினைத்து புன்னைகையால் கடந்தது.

மீண்டும் கதவு தட்டும் சத்தம்.

எண்ணங்களிலிருந்து சட்டென்று வெளியில் வந்து "இதோ வந்திடறேன்" என்றேன்.

சலங்கையைக் கழற்றிக் கண்களில் ஒற்றிக்கொண்டு பையில் வைத்துவிட்டு, அலங்கார ஆடைகளைக் களைந்து, அருகில் தொங்கவிடப்பட்டிருந்த எனது இளம் பச்சை நிற நெசவுச் சேலைக்கு மாறினேன். ஆடை மாற்றிக் கண்ணாடியில் என்னைச் சரி செய்துகொண்டு, அறையை விட்டு வெளியேறக் கதவைத் திறக்கத் தாழ்ப்பாளில் கைவைத்தேன்; ஆனால் அதைத் திறக்கவில்லை. மனம் நிதானித்தது. ஒரு நிமிடம் கண்களை மூடி மூச்சை நன்றாக உள்ளிழுத்து, வெளியே சந்திப்பிற்காக அலைமோதிக் கொண்டிருக்கும், புகைப்படக்காரர்கள், பத்திரிகை மற்றும் ஊடக நிருபர்கள், நினைவுக் கையெழுத்து வாங்கத் துடிக்கும் ரசிகர்கள் என எல்லோரையும் எதிர்கொள்ளும் சக்தியை வரவழைத்துவிட்டு, முகத்தில் உறுதியான ஒரு புன்னகையை உருவாக்கி, கதவைத் திறந்து வெளியே வந்தேன். நடைபாதையைக் கடந்து வரும் வெளி அறையில் என் வலிகளுக்கான மருந்தும், அவமானங்களைத் துடைக்கும் கைகளும் காத்திருந்தன.

ஒப்பனை அறைக்கும், சந்திப்பிற்கான அறைக்குமான இடைவெளி நடைபாதையில் சேதுவும் மகளும் நின்றுகொண்டிருந்தார்கள். என் கால்களின் சத்தம் கேட்டதும் சேதுவோடு விளையாடிக்கொண்டிருந்த அவள் திரும்பி என்னைப் பார்த்து அம்மா என ஓடி வந்தாள்.

"அம்மா சூப்பரா ஆடினம்மா"

நான் மதிவதனியை அணைத்து முத்தமிட்டேன். சேதுவின் மார்பு அளவிற்கு வளர்ந்துவிட்டிருந்ததைக் கவனித்தேன். நான் தாயாகப் பிறந்து ஏழு வருடங்கள் கடந்திருந்தன. என் சிறுவயது பிம்பமாக இருந்தாள். ஒரே மாதிரியான முகமும் தலைமுடியும், காதுகள் மட்டும் சேதுவோடது. எப்போது அவளைப் பார்த்தாலும் அவள் தோற்றத்தை

அசைபோட மறப்பதில்லை. சேதுவின் கைகளைப் பிடித்தேன். சேது என்னை அணைத்துக்கொண்டு,

"தண்ணி குடிச்சியா? எனக் கேட்டான்.

"இல்லை" என்றேன்

கையில் இருந்த தண்ணீர்ப் பாட்டிலைத் தந்தான். வேகமாக இரண்டு வாய் குடித்தேன். பின் மதிவதனியிடம் நீ தண்ணி குடிச்சியா? எனக் கேட்டு அவளிடம் பாட்டிலைத் தந்தேன். சேது பார்வையற்றவன், ஓவியன், ஆம் அவன் ஓவியன்தான். அவன் வரைந்த முதல் பெண் உருவம் நான்தான். அந்த மறக்க முடியாத நாளைப் பற்றி பிறகு சொல்கிறேன். என் எல்லா கடினங்களிலும் என்னோடு இருப்பவன், என்னை நன்கு அறிந்து வைத்திருப்பவன். நான் தண்ணீர் குடிக்க மறந்திருப்பேன் என அவனுக்குத் தெரியும்.

ஆனாலும்...

இல்லை வேண்டாம். நான் மறக்க நினைக்கும் நினைவுகளில் அதுவும் ஒன்று. ஆனால் மனம் எதை நினைத்துவிடக் கூடாது என நினைக்கிறோமோ அதையே சரியாக நினைவுபடுத்திவிடுகிறது. அரை நொடி என்றாலும் முகத்தின் மாற்றம் மாற்றம்தானே. மறப்பதைக் காட்டிலும் கடந்து போவது எளிது என்பதை உணர்ந்திருந்தேன்.

அவனை அணைத்துக்கொண்டு, "போய்ட்டு சீக்கிரம் வந்திடுறேன்" என்றேன்.

"போயிட்டு வா, நாங்க ஓய்வறையில் இருக்கிறோம்" என்றான். நான் சரி என்று சொல்லிவிட்டு. உலகத்தின் கைகளுக்குள் செல்லத் திரும்பினேன்.

"அப்பாகூட இருங்க தங்கம், அம்மா சீக்கிரம் வந்திடுறேன்" என் மகளின் தலையை வருடிக்கொண்டேன். அம்மா என்ற சொல் அது எத்தனை துன்ப, இன்பங்களை கொண்டதாய் இருக்கிறது என்று

உதிர்வு

நினைத்தேன். குழந்தை பிறந்து அம்மா என்று அழைக்கத்தான் எத்தனை அவமானங்கள். அவமானம் என்பது வெறும் வார்த்தை இல்லையே, நிரந்தரமாக்கப்பட்ட அனுபவத்தின் முத்திரைப் பக்கங்கள் என எண்ணிக்கொண்டே பத்திரிக்கை மற்றும் மக்களைச் சந்திக்கும் அறையைப் பார்த்து நடந்தேன்.

புகைப்படக்கருவிகளின் சிரிப்பில் கண்கள் கூசியது, புகழ் காற்றில் உருகிவிடாதபடி என்னை தாழ்த்திக்கொண்டேன். நாட்டிய மேதை என்னும் ஆடை அவ்வளவு எளிதில் கழற்றிவிட இயலாத காரியம். கூட்டத்தில் உள்ளவர்களுக்கு முகம் தந்து வணக்கம் சொல்லிப், புன்னகைத்து, அன்பு தந்தேன். பத்திரிகைச் சந்திப்பிற்கான தயார் நிலையை அறிவித்தார்கள்.

"மேடம் இங்க உக்காருங்க"

என்ற குரல் என் சிந்தனைகளை நிறுத்தியது. ஒரு கணத்தில் அத்தனை ஒலிவாங்கிகளும் மௌனமாக எனக்கு முன் கேள்விகளுடன் நின்றன. இந்த நிலைக்கு நான் உயர்த்தப்படுவேன் எனக் கனவிலும் எண்ணியதில்லை. முயற்சித்ததுமில்லை. என் வலிகளை மறக்கவே நான் நடனமாடுகிறேன். எங்கே நிறுத்திவிட்டால் என் கால் சலங்கைகளை மறுபடியும் தொலைத்துவிடுவேனோ என ஆடுகிறேன். இவர்களுக்கு என் வெளித்தோற்றம் தெரியும், ஒரு பாழடைந்த கிணற்றிலிருந்து எப்படி ஏறி வந்தேன் என்பது தெரியாது. உண்மையில் அனுபவமாகாதவரை எத்தனை கதைகள் தெரிந்துகொண்டாலும் அது வெறும் கதைகளே, நம் வீட்டில் நடக்கும் சாவில் வரும் பசிக்கும், அடுத்த வீட்டு சாவில் வரும் பசிக்குமான வித்தியாசமே. நான் எப்போதும் இப்படித்தான்; சிந்தனையில் தொலைந்து விடுவேன்.

மீண்டும் யாரோ என்னை அமரச் சொன்னார்கள். இடப்பட்டிருந்த நாற்காலியில் அமர்ந்தேன். என் முன் ஒலி வாங்கிகள் வைத்தார்கள். எல்லோருக்கும் மீண்டும் ஒருமுறை கைகூப்பி வணக்கம் சொன்னேன்.

"நந்தவள்ளி மேடம், நீங்க பத்மஸ்ரீ விருது வாங்கியது பற்றி?"

"என் வாழ்க்கையில் மறக்க முடியாத தருணங்களில் ஒன்று. நான் சாதிக்க வேண்டியது இன்னும் எவ்வளவோ இருக்கிறது. என் பயணத்தில் எனக்குத் தெம்பூட்டிய நிகழ்வது. விருதை விட நான் நடனமாடுகிறேன் என்பதே எனக்கு முக்கியமானது. விருதை நான் எனக்கானதாக ஏற்காமல், ஒட்டுமொத்தக் கலைஞர்களின் உழைப்பின் அங்கீகாரமாக அதை ஏற்றுக்கொண்டேன், அதை லைஃப்போட கடினங்கள ஓவர்கம் பண்ற பெண்களுடன் ஷேர் பண்ணிக்கிறேன்".

"உங்க கனவைப் பற்றிச் சொல்லுங்க மேடம்".

நாட்டியம்தான் என் வாழ்க்கையும், கனவும். இன்னும் இரண்டு மாதங்களில் நடக்க இருக்கும் தொடர் நடன நிகழ்வுதான் என் கனவு, ஆசை எல்லாம். அதை முடித்து நான் இறந்தாலும் நிம்மதிதான்.

"உங்க உடல்நிலை இப்போ எப்படி இருக்கிறது?"

"நடனம் என் உயிர்நாடியாகிவிட்டது, என் குடும்பம் எனக்கு முழு தன்னம்பிக்கையைத் தருகிறது. உடல் பெலனை விட மன வலிமை அதிகமா இருக்கு. என் சலங்கைகளுக்கு நான் ஓய்வு கொடுக்கப் போவதில்லை" எனச் சிரித்தேன்.

கூட்டத்தில் ஒரு நடுத்தர வயதுப் பெண் எழுந்து "என்னை மாதிரி சாதிக்க விரும்பும் பெண்களுக்கு முன்உதாரணமா இருக்கீங்க நந்தவள்ளி மேடம் நன்றி" என்றார். நானும் நன்றி சொல்லிக்கொண்டேன்.

புகைப்படங்களும், வாழ்த்துக்களும், அன்பு கை எழுத்துக்களும் என்று மூச்சே திணறி ரசிகர் கூட்டத்தின் அன்பு அணைப்பிலிருந்து பிரிந்து வர முடியாமல் திணறினேன். மனம், தெளிந்த நீரின் ஒழுக்கு போல இருந்தது. என் நினைவு முழுதும் நடனத்தைப் பற்றியே இருந்தது. நான் தவறவிட்ட அசைவுகளை எண்ணி, பயிற்சி எடுக்க நினைத்துக்கொண்டேன். அடுத்த நாட்டியத் தேதியை நினைத்துக்

கொண்டேன். வெளிநாட்டு பயணத்தேதிகளை மேலாளரிடம் சரிபார்க்கச்சொல்ல நினைத்தேன். எனது நாட்டியப் பள்ளியை நினைத்துக்கொண்டேன்.

நிகழ்வுகளை முடித்துவிட்டு, சேதுவோடு வீட்டிற்கு வாகனத்தில் பயணப்பட்டுக்கொண்டிருந்தேன். தொடர் நிகழ்ச்சிகளுக்கு வசதியாக, நகரத்திற்கு வீடு மாறி இருந்தோம். நான் தங்கியிருந்த குளக்கரை ஊர் வீட்டை மிகவும் நேசித்திருந்தேன். அங்கேயே இருந்திருக்கலாம் என சில நேரங்களில் தோன்றும். ஆனாலும் மனம், பழக்கப்பட்ட இன்பம் தரும் இடத்தில் அடைந்து கிடப்பதை விட, சிறகடித்து வலிகளோடு உலகம் முழுதும் பறக்கவே நினைத்தது.

இரவு தொடங்கி நிலவும் என் வாகனத்தோடு வருவதைப் பார்த்தவாறே எண்ணங்களுக்குள் மூழ்கியிருந்தேன். சிறிது தொலைவில், வெளியே சாலையோரத்தில் சிறுமி ஒருத்தி கயிறுமேல் நடப்பதை முன் கண்ணாடி வழி பார்த்ததும், வேகமாக ஓட்டுனரின் தோள்களைத் தட்டி வண்டியை ஓரமாக நிறுத்தச் சொன்னேன்.

சேது, "என்ன ஆச்சு" எனக் கேட்டான்?

"சும்மா, ஒரு ஐந்து நிமிடம் நின்னுட்டு போலாம்" என்றேன்.

சாலையோரத்தில் இருந்த குடிசைகளுக்கு அருகில், இரு முனைகளில் நிறுத்தப்பட்டிருந்த கம்புகளில் கயிறைக்கட்டி சிறுமி ஒருத்தி நடந்து கொண்டிருந்தாள், அவள் கீழே விழப் போவதும், அவளைப் பிடிக்க அவள் தகப்பனார் கூடவே நடந்து கொண்டிருக்கும் காட்சியை, சாலையின் மறுகரையில் வாகனத்தில் இருந்தபடி பார்த்துக் கொண்டிருந்தேன். சிறுமிக்கு கயிற்றில் நடக்க சொல்லிக் கொடுத்துக் கொண்டிருந்தார். அருகே தாயார் இரவு உணவை தயார் செய்துகொண்டிருந்தார். சிறுமி எதையோ சொல்லிச் சிரித்ததும், தகப்பனும் தாயும் சேர்ந்து அவளோடு சிரித்து விளையாடினார்கள். எந்தக் கவலையுமற்ற மனிதர்களாக அவர்கள் இருக்கிறார்கள் என மனதில் எண்ணிக்கொண்டேன். இருக்க ஒரு வீடு கூட இல்லாத அந்த

லிவின் 17

மனிதர்கள் எப்படி இப்படி மகிழ்ந்திருக்கிறார்கள்?. சிறுவயதில் எனக்கு வீடு இருந்தும் இது ஏன் வாய்க்கவில்லை? என எண்ணிக்கொண்டிருக்கையில், அந்தச் சிறுமி கால் தவறி கயிற்றிலிருந்து கீழே விழ, மின்னல் வேகத்தில் பாய்ந்து அவளைக் கீழே விழாமல் கைகளில் தாங்கிப் பிடித்துக் கொண்டார் அந்தத் தகப்பன். மூவர் முகத்திலுமிருந்த மகிழ்ச்சி, சட்டென்று காணமல் போனது, தாயார் வேகமாக ஓடி வந்து சிறுமியை அணைத்துக்கொண்டாள். எனக்கு என்னை அறியாமலே கண்களில் நீர் வடிந்தது. ''அய்யோ நானே கண்ணு போட்டுட்டேனோ'' என மனதுக்குள் என்னை திட்டிவிட்டு, ஓட்டுநரை வாகனத்தைச் செலுத்தச் சொன்னேன்.

ஒரு வீடும், அதிலுள்ள மனிதர்களும் எவ்வளவு முக்கியமாக வாழ்க்கையை அழகும் கடினமுமாக்குகிறார்கள். நான் என்னும் இருப்பு என்னைச் சார்ந்த சேதுவையும், குழந்தையின் வாழ்க்கையையும் எப்படி இன்பமாக்குகிறது; இல்லை துன்பத்தைத் தருகிறது. என் கவனக்குறைவு சேதுவின் வாழ்க்கையின் இன்பமான நாட்களை எப்படித் தின்றது என நான் அறிவேன். அதே போல என் சிறுபருவ வாழ்க்கையை என் அம்மாவும் அப்பாவும் எப்படி நரகமாக்கினார்கள் என்பதையும் நினைக்கிறேன்.

எல்லாம் வாழ்க்கைதான். எப்படியாவது வாழ்ந்துவிட வேண்டும் என மனம் சொல்கிறது. ஆனாலும் அதை மனம் ஏற்கவில்லை. கண்களை மூடிக்கொண்டேன்; சேதுவின் தோள்களில் சாய்ந்தேன். அவன் என் கைகளில் அணிந்திருந்த வளையல்களை மொத்தமாகப் பிடித்தும், பின் ஒன்றன் பின் ஒன்றாக விடுவித்தும் அதன் மேல் முத்துக்களின் வடிவை வருடியபடி எதையோ எண்ணிக் கொண்டிருந்தான். அவனை சந்தித்த நாள் தொடங்கி இன்றுவரை அவன் கைகளை இறுகப் பிடித்திருக்கிறேன். என்னவானாலும் அதை விட்டுவிடப் போவதில்லை என்பதைப் போல, என் இறுக்கம் சில நேரம் அவனுக்கு வலிகளைத் தருவதையும் அறிவேன். அதற்கு

பிராயச்சித்தமாக என்னால் முடிந்தவரை அவனுக்கு முத்தங்களுடன் அன்பைத் தரவே முயல்கிறேன். அவன் விரல்களில் எப்போதும் மை குழைத்து மகிழும் ஒரு ஓவியத் தூரிகை போல இருக்கவே முயல்கிறேன். எரிச்சலின் எச்சில் சில நேரம் எங்களைச் சோதிப்பதுண்டு. ஆனாலும், என் சலங்கையாக அவனும் அவன் ஓவியமாக நானும் இருந்து முடிந்தவரை இன்பப்படுகிறோம். அவன் இல்லாத ஒரு நாளைக் கூட என்னால் நினைத்துக் கூட பார்க்க இயலவில்லை. என் வெளிச்சம் அவன்.

மதிவதினி மடியில் தூங்கிக் கொண்டிருந்தாள். அவளுக்கு பெயர் வைத்த இரவு மிகவும் அற்புதமான இரவு, அவள் பிறந்து மூன்று நாட்கள் தனியான கவனிப்பில் வைத்திருந்தார்கள், பிறந்தவுடன் மாவு பூசினது போல இருந்த அவளை நிலவோடு பொருத்தி தினமும் பார்க்கக் காத்திருந்தேன். சேதுவிடம், அவளை ஒரு கணம்தான் பார்க்க முடிந்தது. அவள் நிலவைப் போல இருந்தாள் என அடிக்கடி சொல்லிக்கொண்டிருந்தேன். நிலா எப்படி இருக்கும் எனக் கேட்டான். நான் அவளைத் தொட்டுப் பார் என்றேன். அவனும் நானும் அவளின் அருகாமைக்காகக் காத்திருந்தோம். மூன்றாம் நாள் இரவின் தொடக்கத்தில் செவிலியர் அவளைத் தூக்கிக்கொண்டு வந்து சேதுவின் கைகளில் தந்தார். சேது அவளை இடது கையில் பிடித்துக்கொண்டு வலது கையால் முகம் தொட்டு நிலாவை அறிந்துகொண்டான். என்னிடம் அவளைத் தந்த போது அவன் முகமெல்லாம் பரவசம் நிறைந்திருந்தது. என் முகத்தை முதல் முறை தொட்டபோதும் இப்படித்தான் இருந்தான். அவளைக் கையில் பிடித்துக்கொண்டு சேதுவிடம் அவளுக்கு மதிவதனி எனும் பெயரைச் சொன்னேன். அவனும் அப்படித்தான் அவள் இருக்கிறாள், என முத்தம் செய்தான். மதிவதனி இன்னும் நான்கு மாதங்களில் எட்டு வயதைத் தொடுவாள், ஒவ்வொரு நாளும் என் அறியாமையின் நாட்களைப் போல அவளும் திக்கற்று இருந்துவிடக்கூடாது என்றே அவள் கேள்விகளோடு பயணிக்கிறேன்.

என் வளையல்களில் எண்ணங்களை புதைத்திருந்த சேதுவிடம் ஒன்றை கேட்க நினைத்தேன்.

"சேது..."

"சொல்லு நந்து..."

"நாம சண்டைபோட்ட அந்த இரவு நினைவில் இருக்கா?"

"ஆமா"

"உண்மையில் நீ என்ன ஒரு பாரமா நினச்சியா? இவ்ளோ வருடங்களுக்குப் பிறகும் சில நேரம் நான் உனக்குக் கடினத்தை தருகிறேனோ எனத் தோன்றுகிறது" என்றேன்.

"நீ எனக்கு கடினம் தான், சில நேரங்களில்".

சில வினாடிகள் மௌனம் கடந்து "உண்மைதான். அதையும் சேர்த்துதான் நான் விரும்புகிறேன் என்பதே உண்மை" எனச் சொன்னான்.

"சேது புரியுற மாதிரி சொல்லு" எனக் கோபித்துக்கொண்டேன்.

"நீ எனக்கு எப்பவும் ஒரு பாரமா இருந்ததில்லை" என்றான்.

எனக்கு அவன் முன்பு சொன்ன பதிலும் புரிந்தது, ஆனாலும் அவனிடம் இப்படிக் கேட்கவே எனக்குப் பிடித்திருந்தது. நான் சேதுவிடம்

"எனக்கு நம்ம குளக்கரை வீட்டுக்குப் போகணும் போல இருக்கு. நான் அங்கிருந்தே நாளை மறுநாள் பிரான்ஸ் செல்ல திட்டமிடச் சொல்லிடுறேன். இரண்டு நாட்கள் உங்களோடு முழுக்க நம்ம வீட்டில் இருக்க வேண்டும் என நினைக்கிறேன், உனக்கு ஓகே வா? எனக் கேட்டேன்.

அவன் ஓட்டுநர் அண்ணாவிடம் கேட்டுக் கொண்டதும் வாகனம் சாலையில் காற்றை கிழித்துக் கொண்டு குளக்கரை வீட்டிற்குப்

பயணத்தைத் தொடங்கியது. நான் என் நினைவுகளில் பின்னோக்கி பயணப்பட்டேன்.

இமைகளை மெல்ல மூடிக்கொண்டேன், மெது மெதுவாக நிசப்தம் என்னைச் சூழ்ந்து கொண்டது. எல்லாப் புறங்களிலிருந்தும் நீர் என்னை நிரப்பியது, வெளிச்சமில்லை, ஓசைகள் சுற்றி நீருக்குள் கேட்பதாக இருந்தது. குளிரும் அனலும் ஒரு சேர என்னால் உணரமுடிந்தது. நான் ஒன்பது மாதப் பெண் கருவாக அம்மாவின் வயிற்றில் இருந்தேன். ஏதேதோ எண்ணங்களும் கற்பனைகளும் என்னில் பிறந்து அகன்றது.

ஒரு அரிய கணத்தில் என் மனதில்...

கருவறை

முதல் முறை வெளியுலகைப் பார்க்கும் எண்ணம் மனதில் புதிய சிந்தனையாகப் பிறந்தபோது, அம்மா பிரசவ வலியால் நிறைந்தாள்.

இந்தக் கருவறையின் இருட்டு மெல்ல என் மனதிலிருந்து கரையத் துவங்கியிருந்தது. எதிர்பார்ப்பும், கனவுகளும் இதுவரை கேட்ட சத்தங்களின் வரைவுகளும் மனதில் குவிந்து முட்டி என்னை அம்மாவின் வயிற்றிலிருந்து விரைவாக வெளியேற்ற முயற்சித்தது. அம்மா எப்படி இருப்பாளோ? என்னைக் கண்டதும் என்ன செய்வாள்? எனக்கு என்ன பெயர் வைப்பாள்? கேள்வி ஒன்று பிறந்து விடை அறிய மனம் நினைப்பதற்குள் நூறு பிறந்து மனதை நிரப்பிக் கொள்கிறது.

அம்மாவின் மனமோ என்னை எப்படியேனும் பத்திரமாக வெளியெடுத்துவிட வேண்டும் என நினைத்துப் பயப்படுகிறது. அவள் உணர்வுகள் நொடிகளுக்குள் பல ஆயிரங்களாக மாறிச் சுழல்கின்றன. நானும் அவள் உணர்ச்சிகளின் பேரலைகளில் சிக்கி மிதந்தாடி நிறைந்திருக்கிறேன். மனம் விழித்துக் கொள்கிறது. அது ஒவ்வொரு உணர்வுகளாக எனக்குள் கடத்துகிறது, வெளியேறச் சொல்கிறது. நான் என் உடலையும் தலையையும் திருப்பி நான் இருக்கும் இந்தத் திரவப்பையை உடைக்க வேண்டும். இந்தத் திரவ

உலகம் என்னை மூடிக் கொள்கிறது, என் அசைவுகளை இறுக்கிக் கொள்கிறது.

எப்போதும் என்னைப் பத்திரப்படுத்தும் ஒரு புள்ளி வெளிச்சம், வெள்ளை நிறத்தில் இரத்தத்தின் சிவப்பு கலந்து எனக்கு முன்பாக மிதந்து நின்றது. எனக்கு நினைவு பிறந்த நாள் தொட்டு அந்த வெளிச்சம் என்னைச் சுற்றி இயங்குகிறது. என் மனதின் அசைவுகளைச் சரி செய்கிறது. என் உடல் உறுப்புகளின் வளர்ச்சியைச் சீர் செய்தது. என் குளிர் இரவுகளில், என் நடுக்கத்தில், என் பயத்தில் என என் எல்லா உணர்ச்சிகளிலும் என்னோடு துணையானது.

நான் எப்போதும் அதைத் தொட முயல்வேன்; அது என் விரல் நுனியிலிருந்து சற்று விலகிக் கொள்ளும்; விளையாடும். அதைப் பார்த்து நான் பயந்ததே இல்லை. வெளிச்சம் என்னோடு வார்த்தைகளின்றி மன மொழியில் பேசும். எனக்கு அது புரியும். நான் திகில் கொண்டபோதெல்லாம் அது என் காதுகளில் இரகசியமாக அதன் மொழியில் துணை சொல்லும். இதுவரை என்னைப் பத்திரப்படுத்தின கடவுளின் சாயல் அது. நான் சில நேரம் அது அம்மாவின் மனம் தான் என எண்ணிக்கொள்வேன். இப்போது அந்த வெளிச்சம் என்னைப் பத்திரமாக வெளியேற உதவி செய்கிறது.

என் அசைவு அம்மாவுக்கு இன்னும் வலி தரும். ஆனாலும் இதை நான் உடைத்து வெளியேறியாக வேண்டும், எனக்கு அம்மா உதவுகிறாள், ஆனாலும் அவள் உடலின் வலிமை அளவைக் கடந்து என்னை அவள் வயிற்றினுள் பத்திரப்படுத்த முயல்கிறாள். என் தலை கர்ப்பப்பையின் வாயை முட்டிக்கொண்டு சிறிது கிழிக்க முயன்றது. அதுவரை இருந்த மனத்திடமும் காற்று கண்ட திரி வெளிச்சமாகச் சுருண்டு காணாமல் போனது. சின்னதான ஒரு கீறல் விழ, கர்ப்பப்பைத் திரவ நீர் மெதுவாக வெளியேறிக் கொண்டிருக்கும்போது, அம்மாவின் இருதய துடிப்பு பல லட்சம் குதிரைகள் ஒரு சேர

லிவின் 23

ஓடுவதுபோல, துடித்து என் உடல் நடுக்கம் கொண்டது. மனம் கேள்விகளால் நிறைந்தது.

நான் யார்? இனி என்னவாகப் போகிறது? இது மரணமோ? பிறவியோ? எனக்கு ஒன்றும் தெரிந்திருக்கவில்லை, சிந்தனை மொழி மட்டும் எனக்குள் இயங்குகிறது போல ஒரு மாயம். உணர்வுகள் மட்டும் இருக்கிறது. அம்மாவின் உணர்வுகளோடு பின்னப்பட்டது; கொடிகள் மரத்தினோடே ஒட்டி, சுற்றி, பின்னி உணர்ந்து கொள்வதுபோல, அவள் உணர்வுகள் என்னுள் கடக்கின்றன. எனக்குக் குதிரைகள் தெரியாது; விளக்குத் திரி தெரியாது. ஆனாலும், இவை என் எண்ண ஓட்டங்கள். வெளிச்சம் என்னை நிதானிக்கச் செய்கிறது.

அம்மாவை எங்கோ அழைத்துச் செல்கிறார்கள், அவள் வலியால் அழுகிறாள். வயிற்றின் மேல் கைவைத்து என்னைத் தடவிக் கொள்கிறாள். மனதோடு பேசுகிறாள். என்னைக் காத்திருக்கச் சொல்கிறாள்.

"இருக்கிறேன் அம்மா..."

ஆனாலும், இது என் கட்டுப்பாட்டில் இல்லை. திரவநீர் வெளியேறி முடிந்ததும் இந்தக் கருவறையை, தவமிருந்த முனி குகையை விட்டு வெளியேறும் மனநிலையில் நான் வெளியேற வேண்டும். அம்மா மூச்சு வாங்குகிறாள், அவளின் முதுகுத்தண்டு இறுகி உடைவதுபோல வலிக்கிறது. அவள் உடல்முழுதும் கார் மேகங்களுக்குள் இடி மூள்வது போல மிரள்கிறது, என் இதயமும் அவளோடு இசைந்துவிட்டிருந்தது. என் தலையை வெளியேற ஏதுவாக கர்ப்பப்பையின் வாய்த் துவாரத்தில் வைத்துக் கொண்டேன். கேள்வியும் ஆசையும் தொப்புள்கொடிபோல என்னைச் சுற்றிக்கொள்கின்றன அவை என்னை வெளியேறவிடாமல் நிற்கச் சொல்கின்றன ஏதோ எச்சரிக்கிறது. என்ன செய்ய?

என் மனதில் தண்ணீர் தேங்கிய ஒரு பாத்திரத்தின் காட்சி தெரிந்தது, அதன் நீர் பாசி நிறைந்த பச்சைநிறம். அதன் நடுவில் தாமரை

இலையில் ஒட்டாத நீர்த் துளி ஒன்றிற்குள் என்னைப் படுக்க வைத்திருக்கிறார்கள். நான் கைகால் அசைவுகள் ஏதும் இல்லாமல் கிடக்கிறேன். தண்ணீரில் என்னைச் சுற்றி மீன்கள் மிதந்து மேலே வந்து தண்ணீர்க் குமிழிகளைச் சாப்பிட வாயை அசைப்பதுபோல ஏதோ சொல்கின்றன என் காதுகளில் பல நூறு வாய்கள் இரகசியம் சொல்வதுபோலக் கேட்கின்றன, அவற்றின் குரல் எனக்குப் புரியவில்லை. எனக்கு ஏதோ எச்சரிக்கை செய்வது போன்று அது இரைந்து கொண்டிருந்தது. நீல நிறப் பாம்பு ஒன்று நீரில் நீந்தியபடி என் அருகில் வந்ததும் மீன்கள் நீருக்குள் மூழ்கிக் கொண்டன. அது என் அருகில் வந்து தலையைத் தூக்கி நாக்கை வெளியேற்றி எதற்கோ காத்திருப்பதை போலக் காத்திருந்தது. அது எதுவும் பேசவில்லை. என்னை நுகர்ந்து பார்த்துக் கொண்டு அதுவும் தண்ணீருக்குள் மறைந்தது. பின் நீர் நிறைய பல வண்ணங்களில் பல விதங்களில் பூக்கள் மிதந்து என்னைச் சூழ்ந்து கொண்டது. அதன் மணம் மனதிற்குள் இன்பத்தைத் தந்தது. எனக்குள் ஒரு மகிழ்ச்சி பிறப்பெடுத்து நிரம்பின மறுகணமே, அது பெரும் நாற்றமாக மாறிக்கொண்டது. நான் எவ்வளவு இன்ப நிலை அடைந்தேனோ அதே அளவு அது எனக்குள் துக்கத்தை நிறைத்தது. இதத்தின் சுவடுகள் மறைந்து வலியின் நிழல் என்னை மூடிக்கொண்டது. பூக்கள் அத்தனையும் வாடிக் காய்ந்தன, நீரோடு அழுகி இறப்பின் துர்நாற்றமெடுத்தது.

நான் அந்தத் தண்ணீர்க் குமிழியிலிருந்து விடுபட வேண்டும் என நினைக்கையில், என் தலையைக் கர்ப்பப்பை வாயில் வைத்து அழுத்த முயன்றேன். ஒவ்வொரு முறையும் அம்மாவுக்கு வலித்தது அவளும் வயிற்றை மூச்சால் பிழிந்து என்னை வெளியேற்ற முயன்றாள். என்னைச் சுற்றிக் கொண்ட தொப்புள் கொடிகள் என்னை வெளியேற விடமால் ஏதோ சொல்கிறது. நான் அதனிடமிருந்து என்னை விடுவித்துக் கொள்ள முயற்சித்தேன். நேரம் ஓட்டைப்பானையின் நீர் போல வடிந்து கொண்டிருந்தது. இதுவரை எனக்கு உயிர் தந்து

கொண்டிருந்த இந்தத் தொப்புள் கொடி ஏன் என் உயிரைப் பறிக்க நினைக்கிறது? உலகம் இப்படித்தானோ?

திடீரெனத் தொப்புள் கொடியிலிருந்து பல நூறு கைகள் வந்து என்னைப் பிடித்துக் கொண்டன. நான் வெளியேற முடியாமல் திணறித் தடுமாறினேன். மூச்சடைக்கிறது. என் அடிவயிறு கலங்கி எனக்குள்ளிருந்து மலம் வெளியேறியது.

சட்டென்று நீரின் சுழி ஒன்று என்னைச் சுற்றி, அங்கும் இங்குமாக என்னைத் திருப்ப, இரு கரங்கள் என்னை அம்மாவின் வயிற்றின் மீது கைவைத்து அழுத்தி என்னைப் பந்து உருட்டுவது போல உருட்டி என்னைத் திரவ நீரில் லாவகமாகச் சுழற்றி, என்னைத் தொப்புள் கொடியின் ஆயிரம் கைகளிலிருந்து விடுவிக்க முயற்சித்தது. என் வெளிச்சம் என்னை மெல்லச் சுழற்றி கொடிப் பின்னலில் இருந்து விடுவித்தது. என் முதல் போராட்டத்திலிருந்து விடுதலையானேன்.

மலம் நீரில் கலந்திருந்தது, எனக்கு வேண்டிய உயிர்க் காற்றை தொப்புள் கொடி தர மறுத்தது. என் இருதயம் வேகத்தைக் குறைத்துக் கொண்டது. மனம் என் முதல் இதயத் துடிப்பை நினைத்துக் கொண்டது. நானும் ஒரு உயிர்தானென மாறிய தருணம். நொடிகளுக்கு நொடி அம்மா என்னைப் பத்திரமாக வயிற்றுக்குள் வளர்த்தாள். தினமும் குமட்டலுடன் எதை உண்டாலும் வாந்தி எடுத்து விடுவாள். எனக்குச் சில உணவுகளின் வாடை கூட ஆகாது. இருவரும் ஒன்றாய்த் துவண்டு போவோம், ஒன்றாய்ச் சிரிப்போம், ஒன்றாய் எண்ணங்களைக் கடத்துவோம்.

அம்மா...

இந்த உலகினுள் நான் வர உதவும் ஒரு மந்திரப்பெட்டி, ஒரு தோணியில் ஏறிக் கொண்டு ஒன்பது கடல்களைக் கடப்பதைப் போல ஒரு பயணம். துணையென அவளும் இந்த வெளிச்சமும் மட்டுமே. எத்தனை கடினங்கள் வந்த போதும் அவள் என்னைக் கரை சேர்ப்பதிலேயே கவனம் செலுத்தினாள்.

ஒருமுறை அம்மாவின் வயிற்றில் ஆழ உறங்கிக் கொண்டிருந்தபோது ஒரு பேரிரைச்சலான சத்தம். அம்மா பயந்தாள், அம்மாவின் இரத்தத்தின் இயங்கு வேகம் எப்போதையும் விடப் பலமடங்கு வேகத்திலிருந்தது. நான் அங்கும் இங்குமாகத் தூக்கி வீசப்பட்டேன். வெளியே கன குரல் ஒன்று அம்மாவிடம் சண்டையிட்டுக் கொண்டிருந்தது. அவளைப் பிடித்துக் கீழே தள்ளியிருக்க வேண்டும். அவள் பின்முதுகு தரையில் பட விழுந்தாள். நான் புயலாடும் கடலில் மிதந்து மூழ்கும் படகைப் போல அசைந்தேன். ஏன்? என்ன? என்பதெல்லாம் எனக்குப் புரியவில்லை, விழுந்ததும் அவள் சதையின் நாளங்கள் வலியை ஒவ்வொரு அணுக்களுக்கும் கடத்தின. எனக்கு வெளி உலகின் பயம் முதல் முறை தொற்றிக்கொண்டது. வெளிவராமல் அங்கேயே மாய்ந்து போவது நலமோவெனக் கேள்விகள் பிறந்தன. அம்மா சில நேரம் மிக மகிழ்ச்சியாக இருந்தாள், சில நேரம் சாகும் எண்ணம் கொண்டிருந்தாள், பல முறை சண்டையிட்டாள், பல முறை என்னையும் சபித்தாள். நான் என்ன செய்தேன்? வெளிவரும் நாளை நினைத்தாலே பதைப்பு உண்டாகிறது. இன்றும் அப்படித்தான். மனம் எல்லா நிகழ்வுகளையும் நினைத்துக்கொள்கிறது. வெளியே என்ன நடக்குமோ என்கிற பயம் என்னை இன்னும் இங்கு கருவறையிலேயே இருந்துவிட கேட்டுக் கொண்டது.

வளைகாப்பின் நாளில் அவள் பூரித்திருந்தாள், பல முறை என்னைக் கொஞ்சிக் கொண்டாள், பல மனிதர்களின் குரல்களைக் கேட்க முடிந்தன, வளையலின் சத்தம் எனக்குப் பிடித்திருந்தது. அவள் கைகள் அடிக்கடி என்மேல் பட்டு உராய்ந்து எழுந்த சத்தத்தைக் கேட்க எனக்குப் பிரமிப்பாய் இருந்தது. அன்று முழுதும் மகிழ்ச்சியின் இரசாயனம் சுரந்து நிறைந்திருந்தது. நான் அம்மாவைச் சீக்கிரமாய்க் காண ஆசை கொண்டிருந்தேன். அன்று இரவில் மீண்டும் அப்பாவின் குரலில் மூர்க்கம் ஏறிக் கேட்டது. இரவு முழுதும் அம்மா அழுதாள். எனக்கு என்ன செய்வதெனத் தெரியவில்லை. இந்த உலகில் என்

வாழ்க்கை எப்படி இருக்கும் என்பதை ஓரளவிற்குக் கற்பனை செய்ய முடிந்தது. நாட்கள் புல்லின் மீதான பனி கரைந்து மாய்வதுபோல மாய்ந்து என் பிறப்பின் நாளை வந்தடைந்தது.

பிரசவ வலி அம்மாவின் உடலில் முள் வேலிக் கயிறுகொண்டு இறுகக் கட்டிவிட்டதுபோல அவளைச் சுற்றி இருந்தது. அம்மா தளர்ந்து விட்டாள் அவள் மூச்சு வாங்குகிறாள். அது வயிற்றை மேலெழுப்பி இறக்குகிறது. என் உலகம் விரிந்து அடைவது போல இருக்கிறது.

சட்டென என்னால் மூச்சுவிட இயலவில்லை, நான் கண்திறவாமலே அங்கும் இங்கும் மோதிப் பார்த்தேன். எனக்கு மூச்சடைத்தது. என் இருதயம் துடிப்பதை இன்னும் சில நொடிகளில் நிறுத்திவிடும், நான் என்ன செய்ய, அம்மா ஏதாவது பேசு, என்னைக் கூப்பிடு, என் உலகம் மீண்டும் இருட்டிக்கொள்கிறது. வெளிச்சப்புள்ளி எங்கே? இனி நான் மட்டும் தானா எனக்குத் துணை?. என் காதுகளில் கேட்கும் ஒலிகள் குறைந்து கொண்டிருக்கிறது. நான் என்னால் முடிந்தமட்டும் என் மூக்குவழி மூச்சுவிட முயன்றேன் ஆனாலும் பலன் இல்லை. கைக்கால்களை அசைத்துப் பார்க்கவும் உடலில் பலம் இல்லாமல் போனது. சில வினாடிகளுக்கு வெறும் இயந்திரத்தின் பீப் ஒலி மட்டும் கேட்டது. அதுவும் இப்போது சரியாகக் கேட்கவில்லை. நான் உள்ளேயே இறந்து விடுவேனோ என அச்சம் கொண்டேன். அது அம்மாவின் அச்சம், அவள் எண்ணங்கள் தானே என் எண்ணங்கள். அவள் துவளும்போது நானும் துவளுகிறேன், அவள் மனம் எனதோடு பின்னப் பட்டிருக்கிறது. சில நேரங்களில் அவள் கோபமும் எரிச்சலும் எனக்குள் தெரியும். அவள் அழுகையும், சிரிப்பும் எனக்குள் தெரியும். இப்போது அவள் நினைவுகள் வெறுப்போடு வலியும் நிறைந்திருக்கின்றன.

என்னை வெறுக்கிறாள், இதுவரை என்னைக் கொஞ்சிக் களித்த என் அம்மா என்னை ஏனோ வெறுக்கிறாள். அவள் வலிதாங்க முடியாமல் சில நொடிகள் என்னை வெறுப்பின் உச்சத்தில் தள்ளிவிட்டு மீண்டும் என்னை எப்படிக் காப்பாற்றலாமென நினைக்கிறாள். மீண்டும் இதய துடிப்பு சீரானது. என் தலை தெரிகிறது என யாரோ அம்மாவுக்குச் சொன்னார்கள். என்னை இறுதி முயற்சியாகத் தள்ளி வெளியேற்றச் சொன்னார்கள். அம்மா துவண்டு கிடக்கிறாள். அவள் நரம்புகள் எல்லாம் வேதனையின் அணுக்கள் அங்கும் இங்கும் நகராதபடி நிறைந்து நின்று ஒவ்வொரு அணுக்களிலும் ஊசி வைத்து குத்தி மேல் தோல் தள்ளிக் கிழிப்பதைப் போல் வலிக்கச் செய்கிறது. நான் என் வெளிச்சத்தைத் தேடினேன், அது காணாமல் போயிருந்தது.

ஒரு பெரும் கனவிலிருந்து கலைவது போல அல்லது ஒரு காலத்திலிருந்து வேறு ஒரு காலத்திற்கு காலப் பயணம் செய்வது போல இருந்தது. என் தலை அவள் பிறப்புறுப்பின் துவாரத்தின் வழி உலகில் நுழைகிறது. அம்மா உடலில் இருந்த ஒட்டுமொத்த சக்தியை ஒருங்கே சேர்த்து என்னை வெளியே தள்ளினாள், வாய் திறந்து கத்தி அடங்கினாள். யாரோ என்னைப் பிடித்து வெளியே இழுத்து கைகளில் வைத்துக்கொண்டு,

"பொண்ணு பொறந்திருக்கா" என்று சொன்னார்கள்.

கோடுகள்

நான் என் அம்மாவின் கருவில் இருப்பதை, பல வருடங்களுக்கு முன், சரியாகச் சொன்னால் முப்பத்து ஏழு வருடங்களுக்கு முன் அவள் அறிந்துகொண்ட நாள் எப்படி இருந்திருக்கும்? என நினைத்துப் பார்க்கிறேன். அது போன்ற ஒரு நாள் எனக்கு வருமோ என்ற எண்ணம் வெயில் தின்னும் கார்மேகம் போல வந்து மறைகிறது. கர்ப்பப் பரிசோதனை அட்டையைக் கையில் பிடித்தபடி, அதைப் பார்க்க மனமில்லாமலும், இந்தமுறையாவது அதில் இரண்டு கோடுகள் தெரிந்துவிடாதா? எனச் சிந்தனைகளில் மூழ்கியபடி. குளக்கரையைப் பார்த்திருந்த மேல்தட்டு அறையின் சன்னலோரத் திட்டில் அமர்ந்திருந்தேன்.

குளிர் காற்று குளத்தின் ஈரப்பதத்துடன் என்னைத் தழுவிக் கொண்டதைக் கூட ரசிக்க இடமில்லாமல், மனம் வெறுமைப்பட்டு இருந்தது. பாதி வருடம் ஓடி பருவமழைக்காலம், பருவக் காதலைப் போல விடாமல் நிலத்தைப் பச்சையாக்கிக் கொண்டிருந்தது, வெளியே மழை மேகம் இருட்டி தூரலிடத் துவங்கியது. கையில் வைத்திருந்த பரிசோதனை அட்டையில் சிறுநீரின் ஈரம் பஞ்சை நனைத்திருக்கும், அட்டையைத் திருப்பிப் பார்த்தாலும் அதில் இன்றும் ஒற்றைக் கோடுதான் தெரியும். என்னால் அதன் ஏமாற்றத்தைத் தாங்கிக்கொள்ளவே முடியாது. மூச்சிரைக்க மாரத்தான் ஓடி, முடிவுக் கோட்டை அடையும்போது அதை மீண்டும்

உதிர்வு 30

பல மயில்களுக்குத் தள்ளி வைத்துவிடுவதுபோல ஒவ்வொரு முறையும் ஏமாற்றத்தின் விளிம்பில், ஒரு நம்பிக்கையின், ஒரு ஆசையின், உயிர் வாழ்ந்துவிட ஒரு காரணத்தின் கரைந்து போகும் புள்ளியில் நின்றிருப்பேன்.

மறக்கமுடியாத அந்த இரவில், என்னை நோக்கி வீசப்பட்ட அவமானத்தின் குரல்கள், ஒவ்வொரு முறையும் என் மனதின் காதுகளில் பல லட்சக் குரல்களாக மீண்டும் மீண்டும் ஒரு ரகசியம் சொல்வதைப் போல, கொலைவெறி கொண்டு கத்துவதாக, களிப்பாட்டத்தின் மணிகளாக, பேய் ஓலமாக, பெரும் வலியாக, எப்போதும் தினமும் கேட்டுக்கொண்டிருக்கும். அந்த அவமானம் உருவாக்கிய நாற்றமெடுக்கும் புண்ணில், இந்த இரட்டைக் கோடுகளே மருந்திடும் எனும் சிறு நம்பிக்கை.

வெளியே குளத்தில் இந்த வார்த்தைக் குரல்களின் ஒலி அதிர்வால் உருவான சிற்றலைகள், ஒன்றன் பின் ஒன்றாகப் படர்ந்து என் எண்ணங்களைப் போலக் கரையை முட்டிக்கொண்டிருந்தன. மழை மெல்ல தூரலிட்டு அதன் அதிர்வுகளுக்குள் சின்னச் சின்னத் தெறிப்புகளை இடத்துவங்கியது. நீரில் பாசியும், இலைகளும் மிதந்தாடிக்கொண்டிருந்தன. அறையின் மறு ஓரத்தில் மேசைமேல் இருந்த கைபேசியில் அழைப்பு மணி வர, அதை எடுக்க மனம் இல்லாமல், வெளியே குளத்தின் பச்சை நிறத்தையும் அதில் தெரிந்த வானின் பிரதிபலிப்பையும் பார்த்து ஓடிச் சென்று அதில் தேங்காய் விழுவதுபோல விழுந்துவிட்டால் என்ன என மனம் எண்ணிக் கொண்டது.

வேண்டாம், தேங்காய் மிதந்து விடும். பாறைக்கல் போலத்தான் விழ வேண்டும். அது வெளிவருவதில்லை, மூழ்கித் தரைதொடும்; எனக்குத் தரையும் தொட வேண்டாம். மூழ்கிக்கொண்டே இருக்க வேண்டும்; வானம்போல, ஆமாம்; வானம்போல, குளத்தில் குதிப்பது போல வானத்தில் குதிக்க முடியுமென்றால் நலமாக இருந்திருக்கும். முடிவு இல்லாமல் மூழ்கிக்கொண்டிருக்கலாம். குளத்தில் தெரிந்த

வானின் பிம்பத்தில் குதித்து வானையடையக் கூடுமோ? எனவும் சிந்திக்கிறேன். நேரம் நொடிகள் தாண்டி நொடிகளுக்குத் தாவிக் கொண்டிருப்பதை உணர்வதாக உறைந்திருந்தேன்.

சேதுவிற்கும் எனக்கும் திருமணமாகி ஆறு வருடங்கள் கடந்திருந்தன, என் உடலின் ஹார்மோன் அமிலங்கள் தினமும் கொள்ளளவைக் கடந்து ஊற்றெடுத்து மறுகால் கடக்க நிறைந்து நிற்கும் குளம்போலாகி விடுகிறது. அதன் கூடவே என் கர்ப்பப்பையின் வளரத் தவறிய முட்டைகளின் தேக்கம், நீர்க் கட்டிகளாக இந்தக் குளத்தின் பாசிபோலப் படிந்து கிடக்கின்றன.

வேண்டுதல்கள் என எதுவும் என்னிடம் மீதமில்லை. இந்த முறையும் சத்து மாத்திரைகளும், ஈத்திரோசன் இயங்குநீர் சுரப்பின் அளவைக் கட்டுப்படுத்தும் மாத்திரைகளும், கரு முட்டை வளர்ச்சியின் ஊசிகளுமிட்டு என் உடல் இரசாயனமிட்டு வளர்க்கப்படும் பயிர்களாக எப்படி இயங்குவது என்றே தெரியாமல் இயங்குகிறது. காமமும் கடமையாகிவிட்டிருந்தது. இந்த நாள்களில் இந்தத் தேதிகளில் நாள்கணக்கிட்டு செயற்கையாகக் காதல் வரச் செய்து, ஆசையற்று, போனமாதத் தவறுகளைக் கணக்கிட்டு, அடுத்த மாதத்திற்கான தூரத்தை நினைவில் வெறுத்து, வேண்டா வெறுப்பாகப் புணர்ந்து, நம்பிக்கையற்று மீண்டும் சிறுகச் சிறுக, ஒவ்வொரு நாளாக ஒரு வேளை கருவுற்றிருந்தால்?... அதைச் செய்தால் உதிரம் வந்துவிடும், இதைச் செய்தால் உதிரம் வந்துவிடும் எனப் பார்த்துப் பார்த்து நாட்களைக் கடத்தி உதிரப் போக்கின் நாளை ஒரு நாள் கடக்கும்போது மெல்ல நம்பிக்கை தளிர்க்கும், பின் சில நாட்கள் மனம் கனவுகளில் தொட்டில் கட்டி ஆடும். கனவுகளைக் கருதிக்கடந்து இந்த ஒரு முடிவுக் கோட்டை அடையும் தூரத்தை மெல்ல ஓடிக் கடப்பேன். இறுதியில் கற்பனையில் வீங்கி நிறைமாதமாக இருந்த வயிறை யாரோ ஊசி வைத்து உடைத்தது போலாகிவிடும்.

வெளியே மழையின் ஒழுக்கு, காற்றிற்கு மாறி மாறி அசைந்து என் எண்ணங்களை ஒத்திருக்கிறது. பயம், ஒவ்வொரு வினாடிகளையும் கடக்கும் போதும் கோப்பை நிரம்பி கீழே சிந்த அதன் ஓரத்தில் குவிவதைப் போல என்னில் நிரம்பி வெளியேறத் ததும்புகிறது. ஒருவேளை இன்றும் ஒற்றைக் கோடுதான் பதில் எனில் இந்த அறையை விட்டு வெளியேறப் போவதில்லை. இந்தச் சமூகத்திற்குச் சொல்ல என்னிடம் எந்தக் காரணமுமில்லை. சேதுவின் குடும்பம் பதிலுக்கு ஓநாய்கள் போலக் காத்திருப்பார்கள். ஒவ்வொரு மாதமும் இந்த நாளைக் கடப்பதென்பது கண்ணி வெடிகளில் நீந்திக்கடப்பதைப் போன்றது. நாடகம் ஒன்றை அரங்கேற்றி என்னை அதில் தூக்கிலிட்டுச் சிரிப்பார்கள். உயிர் போகாமல் அடுத்த முறை மீண்டும் ஒரு நாண் கயிறுக்காகக் காத்திருப்பதைப் போலக் காத்திருப்பேன். இந்த மாசம் என்ன ஆச்சு? உன்னல்லாம் என் புள்ளைக்கு கட்டிவச்சேன் பாரு, வயித்தில புழு கூட இல்லாத சாபக்கேடு என் குடும்பத்தில வந்திச்சே, எனப் பல நூறு கேள்விகள் இல்லை கேலிகள் என, என்னைச் சுற்றும் குரல்களின் ஒலியை நிறுத்த என்னிடம் எந்த வழியுமில்லை.

கர்ப்பப் பரிசோதனை அட்டையைப் பார்க்காமலே சாளரம் வழியாகக் குளத்தைப் பார்த்து வீசி எறிந்தேன். அது காற்றில் சுழன்று ஆடி, தண்ணீரில் விழுந்து பேரலை ஒன்றை உருவாக்கியது. அலை மெல்லப் படர்ந்து கரையைக் கடந்து, வீட்டை நிரப்பி, சாளரம் வழி உள் நுழைந்தபோது,

மீண்டும் அலைபேசியில் அழைப்பு மணி வந்தது.

சுய நினைவுக்கு வந்த நான். கையில் இருந்த பரிசோதனை அட்டையை மெதுவாகத் திருப்பினேன், மங்கலாக இன்னொருகோடு இருப்பதாகப் பட்டது, இல்லாதது போலவும் இருந்தது. நன்றாக வெளிச்சம் படும்படி அட்டையைத் திருப்பி அதன் எல்லாப் பக்கக் கோணங்களிலிருந்தும் பார்த்தேன். மழை வேகமெடுத்திருந்ததால் இன்னும் இருள் மூடிக் கொண்டிருந்தது. முகத்தின் அருகில் வைத்து,

தூரமாக வைத்து, எப்படியாவது அந்த இரண்டாவது கோட்டை வர வைக்க முயற்சி செய்தேன். அறையின் மின்விளக்கை எரியவிட்டுப் பார்த்தேன், அது இன்னும் மாய்ந்து போவது போல இருந்தது. அதை அசைக்காமல் கீழே வைத்துவிட்டேன்.

இதயம் பல மடங்கு வேகமாகத் துடித்து, உடல் தளர்வுற்று குளிர் என்னை மூடிக்கொண்டிருந்தது. என்ன செய்வதென்று அறியாத நிலைக்குள் தள்ளப்பட்டேன், சேதுதான் நினைவில் வந்தான். வேகமாகச் சென்று அலைபேசியை எடுத்துப் பார்த்தபோது, இரண்டு முறை சேதுதான் அழைத்திருந்தான். நிச்சயமாக இதைப் பரிசோதித்துவிட்டேனா எனக் கேட்கவே அழைத்திருப்பான். என்னைப் போல ஒவ்வொரு மாதமும் மனம் கசந்து போகிறான். நான் கவலைப்படுகிறேன் என்பதே அவன் கவலை. அவனுக்கும் ஆசைதான், ஆனாலும், குழந்தை இல்லாமலும் என்கூடவே என்னைக் குழந்தையாகப் பாவித்து, மகிழ்ச்சியாக இருந்துவிடுவான். அவன் குடும்பத்திற்கும் எனக்கும் நடுவில் சிக்கிக்கொண்டு... என் நிலையைவிட பரிதாபமானது அவன் நிலை.

சேது என் இயங்கு நீரின் பிரச்சனையின் ஒவ்வொரு மனநிலை மாற்றத்தையும் முன்அறிந்து எனக்கு எல்லாமுமாக இருப்பவன். அவனுக்கு என்ன சொல்வேன்.

''ஆம் என்றா? இல்லை என்றா?''

மீண்டும் சென்று அட்டையை எடுத்து, கைபேசியில் இருந்த ஒளியை இட்டு, இன்னும் ஆராய்ந்தேன். இரண்டாவது கோடு தெரிவது போலவே இருந்தது. ஆனாலும் நம்பிக்கை இல்லை, இதற்கு முன்னும் இது போன்ற கோடு வந்து மருத்துவரிடம் சென்று இல்லை என்ற பதிலோடு வீடு வந்ததும் நினைவில் வந்தது. இப்போதும் இருக்காது இது தவறான முடிவாக இருக்கவும் வாய்ப்புண்டு. ஆனாலும் மனம் அது நிசமாகிவிடக்கூடாதா என ஒவ்வொரு இதயத்துடிப்போடும் சொல்லிக்கொண்டது. உடல் வியர்த்துத் தலை

சுற்றுவது போலானது. என்ன செய்வது? இல்லை நான் என்ன செய்கிறேன் என்று எனக்குத் தெரியவில்லை. மனமெல்லாம் இது உண்மையாகிவிட வேண்டும் எனக் கேட்டுக் கொண்டேன்.

கைபேசியில், தவறிய அழைப்புப் பட்டியலில் இருந்த சேதுவின் பெயரை அழைத்தேன். காக்கவைக்காமல் முதல் மணி அடித்தபோதே எடுத்துவிட்டான்.

"நந்தவள்ளி சொல்லு,"

"சேது" எனக் கூறிவிட்டு அமைதியானேன்

"பரிசோதனை பண்ணுனியா?"

"ஆமா" அவன் எதுவும் கேட்காமல் என் அடுத்த வார்த்தைகளுக்காகக் காத்திருந்தான்.

"வேற ஒரு பரிசோதனை அட்டை வாங்கிட்டு வாயேன்"

"சரி என்ன ஆச்சு?"

"இல்ல மங்கலா தெரிஞ்சுது, அதான்"

"மருத்துவர்கிட்ட போலாமா?" நான் கிளம்பி வரவா?

"இல்ல வேண்டாம். நீயே, உன் ஓவியக் கண்காட்சியில இருக்க, நீ முடிச்சிட்டு வரும்போது வாங்கிட்டு வா"

"சரி,"

"உன் அம்மா கேட்டா பாக்கலன்னு சொல்லு. நாளைக்கு அதிகாலையில் ஒருவாட்டி பாத்திரலாம்"

"சரி,"

"ஒரு வேளை இல்லேனா"

"எதுவும் யோசிக்காதடி, பாத்துக்கலாம்"

"சரி நீ போ"

சிறிது நேரம் எதுவும் பேசாமல் அமைதியாக இருந்தான். என்ன சொல்வதென்று அவனுக்கும் தெரியவில்லை. அவனும் இருக்காது என்றே நினைத்திருப்பான். என் மன திருப்திக்காகவே மருத்துவரிடம் போலாமா எனக் கேட்டிருப்பான். இதுபோல எத்தனை முறை ஏமாறுவது? ஆனாலும், பரிசோதனை அட்டை வாங்கி வருவான். நான் சொல்வது தான் அவனுக்குப் பார்வையே. இந்த மங்கிப்போன கோடும், இரட்டைக் கோடும், ஒற்றைக் கோடும் அவன் வாழ்க்கையில் இல்லை. அவன் எதுவும் பார்த்துக் குழம்புவதில்லை.

"நந்தவள்ளி, எதுவும் யோசிக்காமப் போய்ப் படு, நான் இரவுக்கு வந்திடுவேன்"

"சரி சேது" என அழைப்பைத் துண்டித்தேன்.

இரவில் அறையில், சேது என்னைப் பின்னாலிருந்து அணைத்தபடி நின்றிருந்தான், அதே சாளரம், அதே குளம். இப்போது நிலவின் பிம்பம் விழுந்து வெள்ளி படர்ந்து கிடந்தது. "சேது, இந்தக் குளம் எவ்வளவு அழகா இருக்கு தெரியுமா?"

"சொல்லு நானும் பார்க்கிறேன்"

"பெரிய சதுரவடிவம்" என அவன் கைகளில் அதை வரைந்தேன், "சுற்றும் கருங்கல் கொண்டு தடுப்புச் சுவர் வைத்திருக்கிறார்கள். இரு கைகளையும் சேர்த்து எவ்வளவு தண்ணீர் அள்ள முடியுமோ அவ்வளவு நிரப்பி இருப்பது போல இது இறைவனின் கைகளில் நிரம்பி இருக்கிறது. குளம் நிறைய மீன்களும், விண்மீன்களும் நிரம்பி கிடக்கின்றன. இதை எத்தனை இரவு நாம் பார்த்திருப்போம்; ஆனாலும் இன்று புதிதாகத் தெரிகிறது.

"தண்ணீர், கரையை இடிக்கும் சத்தம் கேட்கிறியா?"

"ம், முத்தத்தைத் தான் நினைக்கிறேன்". என அவன் சொல்லி முடிக்கும் போது அவன் இதழ்களில் முத்தமிட்டேன். ஒரு நம்பிக்கை உடைவின் தாங்குதலுக்கு இருவரும் கொடுக்கும் சிறு அன்பின் இரவு இது.

பரிசோதனை அட்டை எங்க இருக்கு சேது?,

"மேசை மேல இருக்கு. காலையில பாத்திடு".

"ம்... நாளை இல்லாமக் கூட இருக்கலாம்",

"ஏன் அப்படி நினைக்க, நல்லது நடக்கும்னு நம்புவோம்" எனச் சொன்னான்.

"அப்போ இதுவரை நினைக்கலயா? ஏன் இப்படி பேசுற?" என என்னை அறியாமலே சேதுவிடம் சண்டையிட்டேன். என் மனநிலை மாற்றம் அவனுக்குப் புதிதல்ல. அரை மணி நேரத்திற்கு ஒரு முறை இந்தக் கோபமும் எரிச்சலும் வந்துவிடுகிறது. சேதுவின் பொறுமை வேறு யாருக்கும் வராது, அவன் இந்தக் குளம் மாதிரி, எப்போதும் பொங்குவதேயில்லை.

"சரி நீ போய்த் தூங்கு, நான் வரையப் போகிறேன்".

"இல்ல நீ வா, என் அருகில் படு. என்னைத் தூங்க வச்சிட்டுப் போ". எனக் குழந்தையாகக் கெஞ்சினேன்.

எப்போது தூங்கினேன் என நினைவில் இல்லை. காலையில் உறக்கம் மனதில் கலைந்து உணர்வு வந்தபோது வெளியே மழையின் சத்தம் கேட்டது. கண் திறக்காமலே அருகில் சேதுவை கைகளால் தேடிப் பார்த்தேன். நிச்சயம் விடிகாலையில்தான் படுத்திருப்பான், அவனை எழுப்ப மனமிருக்கவில்லை. மெதுவாகக் கண் திறந்து சாளரத்தைப் பார்த்தபோது, மங்கலான வெளிச்சம் மட்டுமிருந்தது. எழுந்து மேசை மேலிருந்த அட்டையை எடுத்துக்கொண்டு கழிவறையின் விளக்கை எரியவிட்டேன். அரைத் தூக்கத்தில் எந்த எதிர்பார்ப்பும் இல்லாமல், இரண்டு துளி சிறு நீரை, அட்டையில் ஊற்றிவிட்டு காத்திருந்தபோது, மின்சாரம் தடைபட்டது. இருட்டிலேயே வெளியே நடந்து வந்து மங்கின சாளர வெளிச்சத்தில் பரிசோதனை அட்டையைத் திருப்பிப் பார்த்தேன்.

பெரியபுள்ள

ஏழாவது வகுப்பறை. பிரம்பு, வாத்தியார் கையில் அகப்பட்டிருந்தது. மூச்சு விடும் சத்தம் கூட வெளியில் கேட்கும் அளவுக்கு வகுப்பறை முழுதும் பயம் நிரம்பி இருந்தது. பெண் பிள்ளைகளுக்கான இருக்கைகள் வலது புறம். நான் நான்காவது மேசையில் வலது புறமாகச் சன்னலுக்கு அருகில் அமர்ந்திருந்தேன். எனக்குள் திடீரென்று அடிவயிற்றை பிழிந்தது போல ஒரு வலி, இரண்டு மூன்று தினங்களாக இந்த வயிற்று வலி சிறிது சிறிதாக வந்து போகிறது. இன்று பெரும்வலியாக மாறி இருந்தது. பிரம்பு வாத்தியார் கணிதப் பாடம் எடுத்துக்கொண்டிருந்தார். சாப்பாடு இடைவேளை முடிந்து தொடர்ந்த வகுப்பு என்பதால். பாதி தூக்கத்திலும் எதிர்பாராத கேள்வி வரும் எனும் பயத்திலும் நிமிடங்கள் கடந்து கொண்டிருந்தன.

எனக்கு வலி வயிற்றைப் பிழிந்தெடுத்தது. மதியச் சாப்பாடு ஒத்துக்கலயோ என நினைத்தேன். ரோமங்கள் எல்லாம் சில்லிட்டன. நா வரண்டு விட்டது, எனது வகுப்பறை இருக்கையிலிருந்து எழுந்து போகக் கூட இயலவில்லை. இரு கைகளையும் வயிற்றைச் சுற்றிப் பிடித்துவிட்டேன். குனிந்து அமர்ந்து அந்த வலியைப் புறம் தள்ளிவிட நினைத்தேன். எனக்குச் சிறுநீர் கழிக்க வேண்டும் என்று இருந்தது, எழுந்தால் வந்துவிடும். எப்படி எழும்ப...? வேண்டாம் என்று இருந்துவிட்டேன். என்னை மீறி ஏதோ கசிந்தது. நான் சிறுநீர்

கழித்துவிட்டேன் என்று பயந்து விட்டேன், உடலெல்லாம் வியர்வை. இனி இந்த வகுப்பறை என்னை வருங்காலம் முழுதும் பரிகசிக்கும் என்ற எண்ணம் சிலந்திவலை முகத்தில் சிக்குவதுபோல் சிக்கிக் கொண்டது. அடுத்திருந்த தோழியின் வலது கையை இறுகப் பிடித்துக் கொண்டேன்.

"எனக்கு வயிற்றுப் போக்கு ஆயிற்றோ என்னவோ? என்ன செய்ய?" எனக் கேட்டேன். அவள் முதலில் சிரித்தாள்.

"விளையாடாதடி" என என் கைகளை உதறினாள். என் கைகளின் குளிர் தன்மையை உணர்ந்து, முகத்தைப் பார்த்ததும் பயத்தில் உறைந்துவிட்டாள். என்ன செய்வதென்று தெரியாமல் அவளும் என் கைகளையே பிசைந்தாள்.

என்னடி பண்ண? என்று வகுப்பறையைச் சுற்றிப் பார்த்தாள்.

திடீரென்று அவள் பெயரைச் சொல்லி வாத்தியார் அழைத்தார். இருவரையும் பயத்தின் நூறு கைகள் பிடித்துக்கொண்டன. அழுகை வந்து கண்களை முட்டி நிறைத்தது. அவருக்கு எதுவோ தோன்றியிருக்க வேண்டும், அவள் அருகில் வந்தார், நான் தலை குனிந்திருந்தேன், என்னால் அவரிடமிருந்து வரும் சிகரட் நாற்றத்தையும், தைல மணத்தையும் அறிய முடிந்தன.

அவள், "சார் நந்தவள்ளிக்கு உடம்பு சரி இல்லயாம் சார், வயிறு வலிக்காம்" என்றாள்.

அவரின் முகத்தில் இருந்த இறுக்கம் விலகி, ஒரு ஐந்து வினாடிகள் என்னைப் பார்த்தார். என்னிடம் எதுவும் கேட்கவில்லை. சத்தமில்லாப் பரபரப்பு வகுப்பறைக் காற்றோடு முழுதாய் நிரம்பியது. சிறிது நேரத்தில் மெதுவாகச் சலசலப்பு உண்டானது. அவர் விரைந்து நடந்து வகுப்பறையை விட்டு வெளியே போனார். வகுப்பறையில் குறைத்து வைக்கப்பட்டிருந்த, இரைச்சல் சத்தத்தின் அளவு மெல்ல அதிகரித்தது. எல்லோரும் எனக்கு உடம்பு சரியில்ல என்று பேசிக்கொண்டனர்.

தண்ணீர் குடிக்கக் கேட்டனர், ஒருத்தி நெற்றியைத் தொட்டுப் பார்த்தாள், ஒருத்தி முதுகைத் தடவிவிட்டாள். எனக்கு இதெல்லாம் எந்த விதத்திலும் பலன் தரவில்லை. பயத்தின் வலைச்சிக்கு இன்னும் அதிகமாகிற்று, ஒரு பெரும் பாழ் கிணறுக்குள் என்னை அடைத்து அதிகமாகப் பசிக்க வைத்தது போன்ற ஒரு பிரம்மை.

கணக்கு ஆசிரியரும், டெய்சி டீச்சரும் உள்ளே வந்தார்கள், மீண்டும் அறை இரைச்சல் குறைந்தது.

"எல்லாரும் இப்போ நடத்திட்டிருந்த கணக்கைப் போட்டுப் பாருங ்க என்று வாத்தியார் பிரம்பைக் கொண்டு மேசையில் அடித்து மீதமிருந்த இரைச்சலை அமைதியாக்கினார். மேசையில் விழுந்த அடியின் சத்தம் என்காதில் துப்பாக்கி சுடுவது போலக் கேட்டது"

எல்லாரும் புத்தகத்த எடுங்க என்று கத்தியபடி எனக்கு நேராக நடந்து கொண்டிருந்தார். சற்று தள்ளி அவர் நிக்க டெய்சி டீச்சர் அருகில் வந்து தலையில் கைவைத்து விட்டு.

"வயிறு ரொம்ப வலிக்கோ?"

என்று கேட்டுக்கொண்டே சற்று பின்னால் சென்று பார்த்தவர், கணக்கு ஆசிரியரைப் பார்த்து 'ஆமாம்' என்று தலையாட்டினார். பின்னர் என்னிடம்,

"ஒன்னும் பயப்படாத வீட்டுக்குப் போயிடலாம்" என்றார்.

டெய்சி டீச்சர், கணக்கு ஆசிரியரிடம் சென்று ஏதோ சொல்ல அவர் வகுப்பறையை விட்டு வேகமாக வெளியேறிப் போனார், அவர் போனதும் மாலா டீச்சரும், சுகந்தி டீச்சரும் உள்ளே வந்தார்கள், சுகந்தி டீச்சரை தொலைக்காட்சி தொடரில் வரும் நடிகைகளோடு ஒப்பிடுவேன், டெய்சி டீச்சர் கொஞ்சம் குள்ளம். மாலா டீச்சர் சற்று குண்டானவர். மூவரும் அருகில் வந்தனர், என்னிடம் மீண்டும்,

"பயப்படாத; நீ பெரியபுள்ள ஆயிட்ட, வீட்டுக்குத் தகவல் சொல்லிட்டோம், சார் ஆட்டோ பிடிச்சிட்டு வந்திருவாரு, இப்போ

உதிர்வு 40

வீட்டுக்குப் போயிரலாம்'' என்று சமாதானப் படுத்தினார்கள். பெரியபுள்ள என்கிற வார்த்தையைக் கேட்டதும், மனதில், திகில் இன்னும் பலமடங்கானது. என்னைப் பாழ் கிணறு ஒன்று விழுங்கிக் கொண்டது. வெளியே எனக்கு எதுவும் தெரியாதபடியான ஆழம். இனி கரை ஏறவே முடியாதபடி அந்தக் கிணறு என்னைச் சுருக்கிக் கொண்டது. பெரிய புள்ள என்னும் வார்த்தை எனக்கு மீண்டும் மீண்டும் கிணற்றுக்குள் அமுங்கிக் கேட்கும் ஒலிபோல என்னைச் சுற்றிக் கொண்டிருந்தது. பாழ் கிணறு இன்னும் ஆழமானது. எனக்கிருந்த வலியோடு யோசனைகளை அலசுவது வலியைச் சற்று மறக்கச் செய்தது. பூனை, மதில் மேலிருந்து இரு பக்கங்களையும் பார்ப்பதாய், வலிக்கும், எண்ணத்திற்கும் மாற்றி மாற்றித் தாவிக்கொண்டிருந்தேன். டெய்சி டீச்சர் மற்ற டீச்சர்களிடம் ''பிள்ளைகள் இப்போவெல்லாம் சீக்கிரம் வயசுக்கு வந்துவிடுகிறார்கள்'' என்று பேசிக்கொண்டிருந்தார்கள். அருகே வயதுக்கு வந்திருந்த தோழிகளும் அவர்கள் அனுபவங்களைச் சொல்ல மற்ற பிள்ளைகள் அதை ஏதோ சாகச கதைகளைக் கேட்பது போல் முகத்தில் பிரமிப்பும், வெட்கமும், சிரிப்புமாகக் கேட்டுக் கொண்டிருந்தார்கள். நானும் ஒரு முறை இதே மாதிரிக் கதை கேட்டுக்கொண்டிருந்தது நினைவுக்கு வந்தது.

''நந்தவள்ளி, தண்ணி குடிக்கிறியா?'' என மாலா டீச்சர் கேட்டார். நான் வேண்டாம் என்று தலையாட்டிக் கொண்டேன்.

அடுத்த அடுக்கில் இருந்த பையன்களுக்குத் தெரிந்திருக்கும், அவர்கள் என்ன நினைப்பார்கள், என்னைக் கிண்டல் கேலி செய்வார்கள், மீண்டும் இந்த வகுப்பறைக்குள் எப்படி வருவது? என் நடனம்?, நான் இனி நாட்டியம் ஆட முடியுமா? அழுகை என்னைச் சோகம் நிறைந்த அந்தப் பாழ் கிணற்றின் வெளியை அடைத்து முழு இருட்டாக்கிவிட்டது. நான் சுய நினைவு இல்லாதவள் போலக் குழைந்து கிடந்தேன். சட்டென்று வலி பின்னிழுத்தது, மறுபடியும்

எப்போதெல்லாம் வலி வயிற்றை கவ்விக்கொண்டதோ, அப்போதெல்லாம் என்னிடமிருந்து உதிரத் துளிகள் கசிந்தன. இப்போதுதான் முதல் முதலில் நான் இரத்தம் கசிந்து வருவதைப் பார்க்கிறேன். இது என் முதல் மாதவிடாய் என்று எனக்கு அப்போது தெரியவில்லை. டெய்சி டீச்சர் என் அருகில் வந்து அமர்ந்தார், என் தோள்மேல் கைவைத்து என்னிடம்,

''பயப்படாத, இது எல்லாப் பெண்பிள்ளைகளுக்கும் நடக்கும் உடல் மாற்றத்தின் ஒரு பகுதிதான். நான், இந்த டீச்சர்ஸ், உன் அம்மா, இதோ இங்க படிக்கிற எல்லாப் பெண்பிள்ளைகளும் இந்த நாளைச் சந்தித்தாக வேண்டும். இது பயப்படவோ, சோகமாகவோ, இல்லை வெட்கப்பட வேண்டிய நிகழ்வோ அல்ல. நாமும் இயற்கை தானென உணரும் ஒரு சிறு தருணம்தான். எல்லா உயிரினங்களும் அதனதன் வாழ்வியல்படி இனப்பெருக்கம் அடையும். மனிதர்கள் இனப்பெருக்கம் அடைய பெண்ணிற்கான பங்களிப்பில் இந்த மாற்றம் முக்கியமானது. இதில் பயப்பட ஒன்றுமே இல்லை, உடலில் சில மற்றங்கள் மட்டுமே. சில மாற்றங்கள் ஆண்களுக்கும் உண்டு. அவர்களும் உடலளவில் மாற்றங்களைக் கொள்வார்கள். நீ வீட்டுக்குப் போயிட்டு ஓய்வெடுத்திட்டு வரும்போது இன்னும் நிறைய பேசலாம்'' என்றார்.

எனக்கு வலியோடு ஆர்வமும் அதிகமானது. பெண் என்னும் வார்த்தை எனக்குப் புதிதாகப் பட்டது. இதுவரை பெண்பிள்ளையெனக் கேட்டிருக்கிறேன். இப்போது பெரிய பெண் என்கிறார்கள், இந்த வார்த்தை மாற்றம் எப்படி ஒரு நாளில் நிகழ்கிறது? இனப்பெருக்கம் பற்றி படிக்க வெண்டும் என நினைத்தேன். எனக்கு வலி குறைந்து அவர்கள் பேச்சு எனக்குள் இருந்த திகிலைக் குறைத்தது. பாழ் கிணற்றிலிருந்து யாரோ என்னைத் தூக்கினது போல உணர்ந்தேன். எனது வலது கையால் டெய்சி டீச்சரின் கைகளைப் பிடித்தேன், அவர்கள் என் கையை அவர்கள் இரண்டு கைகளுக்குள் வைத்து முத்துச் சிப்பி மூடுவது போல்

மூடிக்கொண்டார்கள். ஆசிரியர் மாணவி என்பதை தாண்டி அவர்களும் ஒரு பெண், நானும் ஒரு பெண் என்று மனம் மென்மையான ஒரு புரிதலை முதன் முதலில் அறிந்தது.

கணக்கு வாத்தியார் ஆட்டோ பிடித்து வந்திருந்தார். எப்படி எழும்பி இத்தனை பேர் முன் நடந்து போவது? என மனம் அங்கலாய்த்தது, நான் ஈரத்தில் அமர்ந்திருப்பது போல உணர்ந்தேன். கேலி செய்வார்கள். பரவாயில்லை அவர்கள் அறிந்தது அவ்வளவுதான்.

"நான் பெண்", இது இயற்கை. கை, கால் வெட்டுப்பட்டு இரத்தம் கசிந்து ஆடையை ஈரமாக்கினால் நான் இப்படியாய் ஒன்றும் பதறி, திகில் கொண்டிருக்கமாட்டேன், அவமானப் பட்டதாக உணர்ந்திருக்கமாட்டேன் என எண்ணிக்கொண்டேன். டெய்சி டீச்சரை என்னோடு வீடுவரை வந்து, விட்டு வரச் சொன்னார்கள்.

ஆட்டோவில் டீச்சர் எனது தோளைச் சுற்றி கையிட்டு அவர்களோடு அணைத்து சிறு கதகதப்பை, அரவணைப்பைத் தந்தார்கள். அவர் உடலிலிருந்து சேலையின் மணமும், வியர்வை மணமும், பவுடர் மணமும் கசிந்து வந்தன. அவர்கள் மார்பை என்னால் உணரமுடிந்தது, இதுவரை இதைப்பற்றி எண்ணங்கள் இல்லாத எனக்கு இன்று மிகுந்த ஆர்வம் தரக் கூடியதாக இருந்தது. எனக்கும் இது போன்றுதான் மார்பகங்கள் வருமோ? நாளைத் தூங்கி எழுந்ததும் உடலெல்லாம் பெரிதாகி விடுமோ? உதிரம் எப்படி நிற்கும்? என் அம்மாவின் மார்பில் பால் குடித்திருப்பேன் என்பதை எப்படி என் மூளை இப்போது சிந்திக்கிறது? என் மார்புகளும் பெரிதாகி குழந்தைக்குப் பால் குடுப்பேனோ? இதுவரை இந்தக் கேள்விகளும் எண்ணங்களும் ஏன் வந்ததில்லை? நான் தவறாக எண்ணுகிறேனா? ஏன் குற்ற உணர்வு வருகிறது? இவை எல்லாம் சிந்திப்பதே தவறு தானோ? அம்மாவிடம் கேட்பதா? அம்மா இதுவரை எதுவும் சொல்லாதவள் இனி என்ன சொல்லப் போகிறாள்?

உடலின் மாற்றங்களைப் பற்றி அறிந்துகொள்ள நினைத்தேன். இது போன்ற எண்ணற்ற கேள்விகள் மனதில் தினம் பூத்துக் கிடந்தன. வெட்கம் அடிக்கடி வருவதாக நினைத்தேன், கோபமும் எரிச்சலும் அதிகமாகியிருந்தது, தூக்கம் குறைந்தது. பயம் இப்போதெல்லாம் அதிகமாகிவிட்டது. எதை எதையோ சொல்கிறார்கள். சுத்தமாக இருக்கச் சொல்கிறார்கள். இதைச் சாப்பிடு இதைச் சாப்பிடாதே என்கிறார்கள். ஓடாதே, குதிக்காதே என்கிறார்கள். நானோ நடனம் ஆடுபவள்; எப்படி என்னால் அப்படி இருக்க முடியும்.? ஒரே நாளில் என் உலகம் தலைகீழாக மாறிவிடுவதாக ஏன் பிம்பத்தை உருவாக்குகிறார்கள். நேற்று கண்ணாடியில் பார்த்த அதே நான் தான் இன்றும் நிற்கிறேன். என்ன மாற்றம் எனப் பார்கிறேன், ஒன்றும் இல்லை. இந்த இரத்த கசிவும், பலகாரக் கவனிப்பும், எனக்குப் பிடிக்காத நல்லெண்ணை வாசமும் தான் என்னைச் சுற்றி மாறி இருக்கிறது.

நேற்று வரை நான் சிறுமியாம், சின்னப் பெண்ணாம். இன்று திடீரென்று பெய்த பாலைவன மழைபோல நான் பெரிய பெண்ணாம். ஓடிக்கொண்டிருந்த பூனையை பிடித்து இன்று முதல் நீ புலி என்பது போலத்தான் இருந்தது. நானும் வெகுளியாக இன்று முதல் நான் புலி என கண்ணாடி முன் தேடுகிறேன். உண்மையில் பெரிய பெண் என்றால்தான் என்ன? உடல் வளர்ச்சி மாற்றம் தானா?

மனம் அறிவு இவற்றில் நான் எப்படி என்னை மாற்றிக் கொள்வது?, இந்த மாற்றத்தை எப்படிப் புரிந்துகொள்வது? படிக்காமல் பரீட்சை எழுதுவது போல இருந்தது, கேட்கப்பட்ட கேள்விகள் ஒன்றிற்கும் விடை தெரியவில்லை.

என்னை வீட்டை விட்டு வெளியே செல்ல அனுமதிக்கவில்லை, ஏதோ தீட்டுக் கழிக்க வேண்டும் என்று சொன்னார்கள். உடலிலிருந்து கசியும் இரத்தம் என்னவென்று எனக்குச் சொல்லவில்லை. எதையோ

உதிர்வு

மறைக்கிறார்கள். நேரடியாகச் சொல்லமாட்டேன் என்கிறார்கள். டீச்சர் சொன்னவை நினைவில் வந்தாலும் புரிவது போல் இருக்கிறது ஆனாலும் புரியவில்லை. அதிலிருந்தே நூறு கேள்விகள் வருகின்றன. இதையெல்லாம் யோசிக்க மனம் இருக்கிறதா என்று கேட்டால், இல்லவே இல்லை. மனம் முழுதும் நடனமும், பள்ளிக்கூடமும், தோழிகளும். என்னைச் சார்ந்த விடயங்களும் என இருக்கிறது. வீட்டில் இருக்கும் நாட்களே எனக்குப் பிடிக்கவில்லை. எப்போ பள்ளிக்கூடம் சென்று மீண்டும் சிறுமியாகலாம் என நினைத்தேன். ஆனால், இனி வாழ்க்கை பழையதுபோல் இருக்காது என்னும் உண்மை எனக்குப் புரியவே இல்லை.

மூன்றாம் நாள் நள்ளிரவில் நான் திக்குத் தெரியாத காட்டில் நடந்து போய்கொண்டிருப்பது போல ஒரு கனவு. அது கொன்றை மரக்காடு, பூக்கள் அதில் இல்லை. எல்லாம் பெரிய பெரிய மரங்கள். மிகவும் அடர்த்தியாக மூன்று நான்கு மாடி கட்டிடங்களை விட உயரமான மரங்கள். தரை எல்லாம் இலைகள். மேலிருந்து இலைகள் உதிர்ந்தபடி இருந்தன. இலை உதிர்வு மழை போல இருந்தது. காற்று இலைகளைச் சுழற்றுவதும் பின் பிரித்து அடித்துச் செல்வதுமாக இருந்தது.

நான் அந்தக் காட்டில் இருந்த ஒரே பாதையில் நடந்து கொண்டிருந்தேன். சிந்தனையில் மூழ்கிக் கிடந்தேன். பிரம்மை பிடித்துச் சிந்திப்பதை போல என்னை அறியாமலே எனக்கு நானே பேசிக்கொண்டே நடந்துகொண்டிருந்தேன்.

அப்போது ஒரு பெண் தேவதை எனக்கு முன் தோன்றி. ''எங்கு போகிறாய்'' எனக் கேட்டாள்.

அவள் குரல், சிறிய அளவிலான எதிரொலியுடன் காட்டில் மிகுந்த கனமாகக் கேட்டது,

''நான் என் சலங்கையைத் தொலைத்துவிட்டேன் தேடிப் போகிறேன்'' என்றேன்.

லிவின் 45

அவள் எனக்கு முன்பாக இருந்த இரண்டு குதிரைகளைக் காட்டி ''இதில் ஒன்று உன் சலங்கை இருக்கும் இடத்திற்கு அழைத்துச் செல்லும்'' என்றாள். இரண்டும் காப்பி நிற குதிரைகள். உடலில் எங்கும் ஒரே நிறம். நன்கு வளர்ந்து என்னைவிட உயரமாக இருந்தன.

நான், எது? என ஆர்வமாய்க் கேட்பதற்குள் மறைந்து விட்டாள். நான் அந்தக் குதிரைகளுக்கு நடுவில் நின்றிருந்தபோது ஒரு குதிரை, குட்டி ஈன்றது. குட்டி என் மடியில் விழுந்தபோது நான் பயந்து கண் விழித்து விட்டேன்.

தாய்மை

சேது வாங்கிவந்த பரிசோதனை அட்டையில் மழை இரவின் குளிர் நிறைந்திருந்தது. என் கைகளும் உடலும் வெதுவெதுப்பான அனலுடன் சலனப்பட்டிருந்தது. மழையின் சத்தத்தில் விடிந்த அந்த மங்கலான காலையை என்னால் என்றுமே மறக்க இயலாது. இந்த முறை பார்த்த பரிசோதனை அட்டையில் இரண்டாவது கோடு தெரிந்ததும் என் மனதின் கால்களுக்கு சலங்கைகள் முளைத்தன, என் கை, தானாகவே அடிவயிற்று பகுதியைத் தடவிக்கொண்டது. உடல் சில்லரித்து, உரோமங்கள் மேலெழுந்து அடங்கின. அட்டையை இறுக்கி நெஞ்சோடு பிடித்து, என் வாழ்க்கையின் ஆதாரமாக உணர்ந்தேன். எத்தனை பழிகள், எத்தனை கடினச் சொற்கள், எத்தனை ஏமாற்றங்கள் என அத்தனைக்கும் பதிலாகக் கிடைத்த வரம். வருடக் கணக்கில் வளர்க்கப்பட்ட மரம் கனி தராமல் போனதும் அதை எவ்வளவு வெறுப்புணர்வோடு அணுகி வெட்டுவார்களோ அத்தனை கோடரிகள் எனக்குத் தயாராக்கப்பட்டிருந்தன. அதே மரம் அந்தக் கோடரிகளுக்கு முன் பூத்து காய்விட்டது போல நானும் உணர்ந்தேன். இனி எவரும் என்னிடம் குழந்தை பற்றி கேட்கப் போவதில்லை. இவர்களுக்கு என்ன உரிமை இருக்கிறது, அக்கரையாகக் கேட்பதாக இருந்தாலும். குழந்தை எப்போ?, இன்னும் இல்லையா? நல்ல மருத்துவரப் பாருங்க?, அது பிரச்சனையாக இருக்கலாம் இல்லை இது பிரச்சனையாக இருக்கலாமென எத்தனை விதக் கோணங்கள்.

என்னவாக வேண்டுமென்றாலும் இருக்கட்டும், பிரச்சனை அதுவல்ல.

என் உடலும், மனமும் சரியாகப் பொருந்தியிருக்கவில்லை. எனக்கான நேரத்தை நான் எடுத்துக்கொள்வதில் இந்தச் சல்லியான சமூகத்திற்கு என்னவாகிவிடுமோ, அவசர அவசரமாக உடனடியாக இவர்களுக்கு பிள்ளைபெற்றுக் காட்ட வேண்டும். என்னை அறியாமலே இந்த அவசரத்திற்குள் என்னைத் தள்ளி விடுகிறார்கள். வேறு வழிகளே இல்லாதது போல என்னை எல்லாப் பக்கத்திலிருந்தும் நெருக்கி, ஒரு துர்நாற்றத்தின் வீச்சு எப்போதும் என்னைச் சுற்றி இருப்பது போல உணரவைத்து விடுகிறார்கள்.

முதலில் என் முதல் இரவு நன்றாக இருந்ததா என அறிய ஆசைப்படுகிறார்கள், பின் அதைத் தொடர்ந்து நாட்களை எண்ணி திருமணமான முதல் மாதத்தில் மாதவிடாய் வந்துவிட்டாலே, ஏதோ தாம்பத்தியத்தில் பெரிய சாபம் இருப்பதாக நினைத்து விடுகிறார்கள். கெட்டுப்போன பொருள் ஒன்றை அருகில் பார்ப்பது போலப் பார்க்கிறார்கள். அந்த அசவுகரியத்தை மாதா மாதம் தவணை சேமிப்பு போலச் சேர்த்து, எப்போதெல்லாம் பேச்சாகவோ இல்லை சூழலோ அமைகிறதோ அப்போதெல்லாம் சரியாக நியாபகப்படுத்தி எனக்கு ஏதோ நல்லது செய்துவிட்டது போல பெருமை கொள்கிறார்கள்.

உண்மையில் இவர்களுக்கு என்னதான் வேண்டும்? என்னிடம் பேச ஒரு காரியம். அல்லது என் வீட்டில் வந்ததும் பேசிக் கொள்வதற்கு ஒரு தலைப்பு. இந்த மளுங்கிப்போன மூளைகள் சரியாக என்னை அவர்களுக்கு நினைவுபடுத்திவிடுகின்றன. இந்த மக்கின மூளைகளுக்கு என்ன பேச வேண்டும் என்று தெரிவதில்லை. ஏதாவது சம்பிரதாயமாகக் கேட்க வேண்டும் என, இன்னும் குழந்தை இல்லை என்றோ இல்லை, இன்னுமா குழந்தை இல்லை என்றோ, இல்லை வேறு ஏதோ வடிவில் இதே கேள்வியைக் கேட்க மறப்பதில்லை.

என் வாழ்க்கையில் நான் ஏதோ செய்துவிட்டுப் போகிறேன், பிள்ளையைப் பெற்றோ இல்லை பெறாமலோ என் தாம்பத்தியத்தில் வாழ்ந்து விடுகிறேன் என்று இருக்க முடிவதில்லை. திருமணமும் தாம்பத்தியமும் குழந்தையும் கட்டயாப் பொருள்; இது வாழ்க்கையில் நடவாமல் போனால் உலகில் இருப்பதிலேயே அர்த்தமில்லை என்கிறார்கள். ஒன்றும் புரியவில்லை, எப்படியோ இந்த முடிச்சுகளுக்குள் என்னையும் முடிந்துவிட்டார்கள். பிள்ளையைப் பெற்றுத்தான் ஆக வேண்டும் என நான் நம்பிவிட்டேன். அப்போது தான் மதிப்பும் புனிதமும் பெண்மையும் என்னிடம் இருக்கும் என்பதைப் போல நம்பி விட்டேன்.

சேதுவிற்கும் எனக்கும் திருமணமானபோது இருவருக்கும் தாம்பத்தியத்தைப் பற்றி எந்த வித அறிவும் இருந்திருக்கவில்லை. அவனும் என்ன செய்வான்? பார்க்கும் திறனற்று பிறந்து வளர்ந்தவன். மெதுவாக வாழ்க்கையை வாழத் துவங்கினோம், அப்போவெல்லாம் இந்தச் சமூகத்திற்கு தெரியாதா, இவர்களுக்கு மனசுனு ஒன்னு இருக்கு, அதில் தைரியம் வரணும், உடல் தயாராகணும்னு. எங்கள் அந்தரங்கத்தின் வாசலிலேயே இந்தச் சமூகம் படுத்திருக்கும் என்பது போலத்தான் இருந்தது. ஒவ்வொரு நாளையும், ஒவ்வொரு மாதத்தையும், ஒவ்வொரு வருடத்தையும் இந்தச் சமூகமே நகர்த்தித் தந்தது. எது சரியோ? தவறோ?. என் மனதிலும் சேதுவின் மனதிலும் குழந்தை பெற்றுக்கொள்ள ஆசைப்பட்டோம். மருத்துவரும் மருத்துவமனைகளும் மாறினார்கள், மருந்துகளும் உணவுகளும் மாறின. காலமும், சிந்தனைகளும் மாறின. மாற்றங்கள் நன்மையை நோக்கித்தான் நகர்ந்திருக்கின்றன.

கடைசியாகப் பார்த்த மருத்துவர் வேறு யாருமில்லை; என் வீட்டு அருகில் இருந்த குளக்கரையில் குளிக்க வரும் மீன் விற்கும் மரியம்மாள்தான். ஒருமுறை சமூகம் என்னை மொத்தமாகப் பீடித்துப் போனபோது, மனம் எங்கும் திரும்ப முடியாதபடி உறைந்து,

சிந்தனைகள் எல்லாம் சாவதைத் தவிர வேறு வழிகள் இல்லையென முடிவு செய்தாகிவிட்டது. சேதுவிற்கு எந்தப் பிரச்சனையும் வந்துவிடக் கூடாது என்று, என் சாவிற்கு யாரும் பொறுப்பில்லையென எழுதி மேசை மீதே வைத்துவிட்டேன். அருகில் சேது அமர்ந்து ஓவியம் தீட்டிக்கொண்டிருந்தான். அவன் அந்தத் தாளை எடுத்தாலும் படிக்க இயலாது. இரண்டு நிமிடம் அவனைப் பார்த்து நின்று விட்டு. குளக்கரையைப் பார்த்து ஓடினேன். குளத்தின் அருகே இருந்த படிக்கல்லில் அமர்ந்து, கையில் வைத்திருந்த கத்தியை வைத்து கை நரம்புகளை அறுத்துவிட்டு குளத்தில் இறங்க வேண்டும் என்று முடிவு செய்திருந்தேன்.

வேகமாகக் குளக்கரையை அடைந்து, இன்னும் இந்தச் சமூகத்தின் ஏளனங்களைக் கேட்டுவிட்டு இருக்க இயலாது, அதை என்னால் ஒன்றும் செய்ய இயலாது என ஓவென்று அழுதுவிட்டு இடுப்பளவு தண்ணீரில் இறங்கினேன். சுற்றும் யாராவது இருக்கிறார்களா எனப் பார்த்துவிட்டு. எவரும் இல்லையென உறுதி செய்தேன். கண்களை இறுக்க மூடிக்கொண்டு கத்தியை வலது கையில் பிடித்துக்கொண்டு இடது கையில் உள்ளங்கைக்கு மேலாக நரம்புப் பகுதியில் வைத்து, மூச்சை உள்ளிளுத்து கத்தியின் பிடியை முறுக்கித் தோலில் அழுத்தும்போது தண்ணீருக்கு உள்ளிருந்து கரும் நிற தேவதைபோல அவள் வெளியே வந்தாள். அய்யோ, மரியம்மாள், அவள் இருப்பை எப்படி நான் அறிந்து கொள்ளவில்லை? எங்கிருந்து வந்தாள்? மேலே மரத்தடியில் இருந்தது அவள் மீன் கூடை தான் என இப்போது நினைவில் வந்தது. இப்போது என்ன செய்ய முடியும்? என என்னில் கடுகடுத்தேன். மார்பு வரை பாவாடை கட்டியிருந்தாள். தலையிலிருந்து உடல் வழி தண்ணீர் வடிந்து கொண்டிருந்தது. காதில் சின்னதாகச் சக்கரம் போன்றதொரு கம்மல். கழுத்தில் சிலுவையுடன் முத்து பொறித்த ஒரு நூல் மாலை. ஆடை மறைக்கும் இடங்கள் சற்று வெளிறியும் கைக்கழுத்து முகம் கருமை ஏறியும் இருந்தது. அம்மாவின் வயதை விடச் சற்று குறைவாகத்தான் இருக்கும் எனக்

கணக்கிட்டேன். அவள் வேறு யாருமில்லை, அவள் மீன் விற்கும் மரியம்மாள்.

மீன்களை இறக்க விலைக்கு வாங்கி, ஊருக்குள் வந்து கால்நடையாக வீடு வீடாகச் சென்று வியாபாரம் செய்வது அவள் வழக்கம். தினமும் பல மைல் தூரம் நடப்பதால், உடல் பருமனற்று, நேர் முதுகுடன், நீண்ட கழுத்துமாக. வெயிலின் ஓவிய நிறத்தில். வியர்வையின் அலங்கரிப்பில் வருவாள். கையில் அவள் பெயரை மரியம்மா என்று கோணலான எழுத்தில் பச்சை குத்தியிருப்பாள். இடுப்புச் சேலைக்கு நடுவே இருந்த வயிற்றுப் பகுதியில் ஏதோ நகைக்கடையில் எப்போதோ வாங்கிய நகைக்காக இலவசமாகக் கிடைத்த சின்னப் பணப்பையை இரண்டாக மடித்துச் சுருட்டி, அதனுள் சின்னப் பொத்தான் கைபேசியை வைத்து, இடையில் சொருகியிருப்பாள். ஆபரணங்களுக்குக் கிடைக்காத பாக்கியமாக அது பிரசவித்த கோடுகளுடன் உட்காந்திருக்கும். காலில் செருப்பு அணிவதில்லை. கணுக்காலுக்கு மேலாகச் சேலைத் தொங்கலை, உள்பாவாடையோடு நடப்பதற்கு வாகாக இடுப்பில் சொருகியிருப்பாள். மீனின் கதைகள் சொல்வாள், அவள் ஊரின் பாடுகளைப் பாடுவாள். குளத்தில் குளிக்கும் போது கண்ட நீர்க் கோலி பாம்பைப் பற்றி நெடுநீண்ட விளக்கம் சொல்வாள். அவளுக்குக் கவிதை தெரியாது; ஆனாலும், அவள் பேச்சு நாட்டுக் கவிதைகளைக் குழைத்ததுபோலத்தான் இருக்கும். கடின உழைப்பும், வாய் நிறைய மனதின் அன்பை வெளிப்படுத்துபவள். நான் அசைவம் சமைப்பதில்லை. ஆனாலும், தினமும் அவள் குளித்து முடித்து அவள் மனதில் வந்ததை எல்லாம் பேச வருவாள். எப்போதும் இந்த நேரத்தில் அவள் குளிப்பாள் என்பதைக் கூட மறந்திருந்தேன்.

அவள் என்னை இன்று குளக்கரையில் கத்தியுடன் பார்த்துவிட்டு நெஞ்சில் கைவைத்தாள். அப்போதுதான் கவனித்தேன். நான் என் கையில் இருந்த கத்தியைத் தளர்த்திக் கொள்ளாமல் அப்படியே

வைத்திருந்தேன். உணர்ந்ததும் சட்டென்று கத்தியை எடுத்துப் பின்னால் மறைத்துக்கொண்டு. ஓடிவிடலாமா என எண்ணினேன்.

மரியம்மாளைப் பார்த்ததும் தேம்பித் தேம்பி அழுதேன். என்னிடம் எதுவும் கேட்கவில்லை. மெதுவாக என் அருகில் வந்தாள். அவள் என்னிடம் ஏன் என்று கேட்டால் என்ன சொல்வதென்று எண்ணிக்கொண்டேன். சேதுவிடம் எதுவும் சொல்லிவிடக் கூடாது எனச் சொல்ல வேண்டும் என எண்ணிக் கொண்டேன்.

அவள் எதுவும் கேட்காமல் எப்போதும் போல ''குளத்தில் தண்ணீர் முன்பு போல இல்லை, பாசி பிடித்து உடல் அரிப்பு கொள்கிறது. இந்தக் கவுன்சிலரு, மெம்பரு வெளங்காத போனவுனுங்களுக்கு இது எல்லாம் கண்ணுலயே படாது. இதுக்கெல்லாம் ஒரு விடிவு காலம் வராதா?'' எனப் பேசிக்கொண்டே வந்தாள்.

நான் மரியம்மா என விம்மினேன். என்னைக் குளக்கரைச் சுவரில் அமர வைத்தாள். பின் அவள் உடைமாற்றிக்கொண்டே கேட்டாள். ''சேதுவ யாரு பாத்துப்பாங்க? இப்படி யோசிக்க இப்போ ஒண்ணும் வந்திடல. உலகத்துல உனக்கு மட்டும் தான் சோதனனு நினச்சியா? ஒவ்வொரு மனுசனும் வாழ ஏதோ செய்யுறான் எல்லாம் அவனுக்கு எதிரா இருக்குறதா தப்பா நினைக்குறான். எல்லோரும் நினைக்கிற ஒரு எண்ணம் என்னன்னா, நாம இங்க தனியா இருக்கோம் நமக்குன்னு நம்மளப் புரிஞ்சுக்க யாருமே இல்லனு. நினைச்சுப் பாரு, நாம இங்க தனியா இருக்கறதே இல்ல... நமக்குப் புடிச்ச மாதிரிதான் எல்லாரும் இருக்கணும், பேசணும்னா, நாம தான் பத்து பேரா மாறி நம்ம கூடத் தினமும் இருக்கணும்'', எனச் சொல்லிவிட்டு, கூடையை தூக்கிக்கொண்டு நடந்தாள்.

நான் எழுந்து அறைக்குச் சென்று, எழுதி வைத்திருந்த கடிதத்தைக் கிழித்துப் போட்டேன். சேதுவை அன்று கட்டிக்கொண்டு அழுதேன். மரியம்மாவிற்கு மனதில் நன்றி சொல்லிக் கொண்டேன்.

காலம் மீண்டும் நாட்களைச் சுழற்றி, விடிகாலையில் மங்கிய சாளர வெளிச்சத்தில் பார்த்த கர்ப்பப் பரிசோதனை அட்டையின் கோடுகளில் என்னை நிறுத்தியது. அதை மேசைமேல் வைத்துவிட்டு, ஒரு பக்கமாகச் சாய்ந்து படுத்திருந்த சேதுவிற்கு முன்பாக என் முதுகு அவன் மார்பில் படும்படியாக அவன் கைகளுக்குள்ச் சென்று படுத்துக் கொண்டேன். இது புதிதல்ல என்பதால், அவனும் கைகள் கொண்டு என்னை அணைத்துக் கொண்டான்.

"சேது..."

"ம்..."

"நீ அப்பாவாகப் போறடா," என்றேன்.

"ம்..." என்று முனங்கினவன், அதிர்ந்து துள்ளி எழுந்து அவன் உலகில், கைகளால் என்னைத் தேடினான். நான் எழுந்து அவன் கைகளுக்குள் சென்றதும். என்னை இறுக அணைத்துக்கொண்டான். எதிரே இருந்த ஆளுயரக் கண்ணாடியில், நாங்கள் மூன்று பேர் நின்றிருப்பதைக் கண்டதும். முகம் மலரச் சிரித்தேன்.

ஆனால் கண்ணாடியில் தெரிந்த என் பிம்பம், எதுவோ முன் அறிந்ததாகச் சிரிக்கவில்லை.

முதல் சந்திப்பு

கல்லூரிக் கலைவிழா களை கட்டியிருந்தது. ஒப்பனை அறையின் கண்ணாடியில் என்னை மறந்து பார்த்துக் கொண்டிருந்தபோது யாரோ என் தோள்களைத் தொட்டு என் பெயரை அழைப்பதாகச் சொன்னார்கள். ஒலிபெருக்கியில் கல்லூரி நிகழ்வுகளுக்கான அறிவிப்புகள் செய்துகொண்டிருந்தார்கள். தனி நடனம் என என் பெயரை அழைத்தார்கள். மேடையேறி நடனமாடிவிட்டு வெளியே மைதானத்தில் நடந்து சென்று கொண்டிருந்தபோது பார்த்தவர்கள் அத்தனைபேரும் பாராட்டினார்கள். ஓவியக் கல்லூரி மாணவர்கள், உருவப் படங்கள் வரைந்து கொடுக்க வரிசையாக மரத்தடியில் அமர்ந்திருந்தார்கள். என் கூடவே வந்த தோழிகள் தங்களை வரைந்து கொள்ள ஒவ்வொரு மாணவரிடத்திலும் சென்று அமர்ந்துகொண்டனர்.

சற்றுத் தொலைவில் இருந்த, ஒரே ஒரு மாணவனிடத்தில் மட்டும் யாரும் போகாமல் தனித்து விடப்பட்டிருந்தான். மனம் என் தனிமையின் பள்ளத்தாக்கிற்கு ஒத்த இன்னொரு காட்சியாக அதைப் பார்த்தது. ஏன் அவன் தனிமையில் இருக்கிறான் என எனக்கும் முதலில் விளங்கவில்லை. மெதுவாக அவன் அருகில் நடந்தபோது அவன் பார்வைத் திறனற்றவன் என்பதை அறிந்து கொண்டேன்.

சேது, யாரோ ஒருவர் அவன் முன்னால் வந்து அமர்ந்ததை அறிந்து, மனதிலிருந்து புன்னகை செய்து வரவேற்றான். பின்

வரைவதற்காக வேகமாகத் தாள்களைச் சரி செய்து, அருகே தடவி, சின்ன முனையுள்ள வரைகோலை எடுத்தான்.

''கொஞ்சம் அருகே வந்து அமர முடியுமா?'' எனக் கேட்டான்.

நான் சேதுவை மனதின் ஆழத்தில் உள்வாங்கிக் கொண்டிருந்தேன், அவனுக்குப் பதில் மொழி தரவில்லை. சேது நல்ல உயரம், நீண்ட முகம், கன்னச் சதை இல்லாமல் முகம் தாடை எலும்பின் வடிவோடு இருந்தது. அவன் கண்களில் கறுப்புக் கண்ணாடி அணியவில்லை. சாதாரண கண்கள் போலத்தான் இருந்தன. கருவிழி லேசான பச்சை நிறம் கொண்டிருந்தது ஏதோ ஒரு வசீகரத்தைத் தந்தது. தலை முடி அதிகமாகவும் இல்லாமல், குறைவாகவும் இல்லாமல் ஓடினால் துள்ளலிடும் அளவிற்கு வளர்த்திருந்தான். சட்டையின் இரண்டு புறமும் சட்டைப்பை வைத்து அதில் வரைகோல்களும், வண்ணம் பூசத் தூரிகைகளும் வைத்திருந்தான். ஆச்சரியமாக இருந்தது, இவனுக்கு எப்படி வண்ணம் தெரியும். அதையும்தான் பார்ப்போம் என இன்னும் ஆர்வம் கொண்டேன்.

அவன் மீண்டும், ''கொஞ்சம் அருகே வாங்களேன் என்றான்''

மெல்ல இருக்கையை முன் இழுத்து அமர்ந்தேன். அப்போது என் கால் சலங்கை எழுப்பின ஒலி அவன் முகத்தில் சிந்தனையின் நிழல் தந்தது. நான் பெண்தானென, அவன் உணர்ந்துகொண்டான், முகத்தில் சின்னதாக ஒரு யோசனையின் ரேகையைத் தந்துவிட்டு, புன்னகைத்தான். அவனுக்கு நிச்சயம் தெரிந்திருக்குமா எனத் தெரியவில்லை, அவன் சிரிப்பு களங்கமில்லாக் குழந்தையின் சிரிப்பைப்போன்றது. என்னை அறியாமலே அவன் எனக்குள் என் இயங்கு நீரில் கலந்திருந்தான்.

''வணக்கம்ங்க, நான் சேது, என்னிடம் நீங்க உங்க உருவப்படத்தை வரைய நினைத்ததற்கு நன்றி'' என்றான்.

நானும் மறுமொழியாக, ''என் பேரு நந்தவள்ளி, நீங்க எப்படி வரைவீங்க?'' என்றேன். என் கேள்வியை எதிர்பார்த்தவனாக அவன்

பையிலிருந்து சில தாள்களைத் தந்தான், அதில் சில மனிதர்களின் உருவங்கள் தத்ரூபமாக வரையப்பட்டிருந்தன.

''இது நான் வரைந்தவைதான். உங்களுக்கு நம்பிக்கைனா, உங்கள வரைய ஆசைப்படுறேன்'' என்றான்.

அதில் பெண் உருவங்கள் இல்லை என்பதை அப்போதுதான் கவனித்தேன். சிறிது சந்தேகம் இருந்தாலும் அவனிடம் அப்போது கேட்க வேண்டாமென முடிவு செய்துவிட்டு, ''ஓவியங்கள் நல்லா இருக்கு, என்னையும் வரையுங்க என்றேன்.''

''நீங்க எப்படி வரைவீங்க?'' எனக் கேட்டேன். என்ன பதில் சொல்வதென்றும் எப்படிச் சொல்வதென்றும் தடுமாறினான்.

''இதுவரை நான் ஒரு பெண்ணை வரைந்ததில்லை, பயிற்சிக்காக அமர்ந்தவர்கள் எல்லோரும் ஆண் நண்பர்கள் தான். நான் பிறப்பிலிருந்து கண் பார்வையற்றவன், என் இருள் உலகில் இருக்கும் சொற்ப உருவங்கள், அத்தனையும் நான் தொட்டுப் பார்த்தே வரைந்திருக்கிறேன். அம்மாவின் முகம் எனக்குத் தெரியும். வேறு பெண் முகங்கள் என் மனப்பெட்டகத்தில் இல்லை. ஒளி படும் பகுதியில் உள்ள வெப்பத்தின் மாற்றத்தை வைத்து நிழலின் போக்குகளை, வடிவ நேர்த்திகளை வரைவேன், வடிவ நேர்த்திகளை தோல்ச் சூட்டை வைத்து அறிந்துகொள்வேன். வண்ணங்களின் கலவை எனக்குத் தெரியும். என் கற்பனையில் இயற்கையைப் பதித்திருக்கிறேன். புதிய வண்ணங்கள் கேட்டுத் தெரிந்துகொள்வேன். அவற்றை என் மன அளவுகளோடு ஒப்பிட்டு அறிந்துகொள்வேன். வடிவுகளைத் தொட்டு உணர்ந்து பின் எனத் தயங்கியவன், வண்ணங்களை சில தோல் சூட்டை வைத்து அறிந்துகொள்வேன், எனத் தயங்கினான்.''

சற்று நேரம் எதுவும் பேசாமல் இருந்துவிட்டு ''நீங்க மற்ற மாணவர்களிடம் போய் வரஞ்சுக்குறீங்களா?'' என்றான்.

"அப்போ நீங்க இங்க ஏன் உக்காந்திருக்கீங்க"?

"இல்ல பசங்க யாரச்சும் வந்தா வரைவேன். அவங்கள தொட்டுப் பாத்துத் தான் வரைவேன். ஒருத்தரத் தொட்டுப் பார்த்துத் தான் முகத்தின் அளவுகளை, வடிவ நேர்த்திகளை என்னால் வரைய முடியும்.'' எனச் சொல்லிக்கொண்டே முகத்தைச் சற்று திருப்பிக் காதுகளை எனக்கு நேராக வந்து போகும் படி அசைத்துக் கொண்டான்: ஒருவேளை நான் எழும்பிப் போய்விடக் கூடும் என என் சலங்கையின் அசைவுகளைக் கவனித்துக் கொண்டான்.

நான் எனக்குள்ச் சிரித்துவிட்டு. "பரவாயில்ல நீங்க என் முகத்தத் தொட்டுப் பாத்தே வரையுங்க. தோள்வரை படம் போதும்'' எனச் சிரித்தேன்.

அவன் மனதில் பெண் உடல் இதுவரை கற்பனையில் இருக்கவில்லை. காற்றைப்போல, நீராவி போல அவன் கைகளில் சிக்காத ஒரு மாயையாக இருந்திருக்கும். ஆர்வம் கொண்டு கைகளை நீட்டும் குழந்தைபோல மெல்ல அவன் இரண்டு கைகளையும் நீட்டி என் முகத்தைத் தொட்டான்.

அவன் கைகளின் தோல் தொட்ட பகுதிகளை அவன் மூளை கற்பனையில் அச்சிடுவது போல அதுவும் முப்பரிமாணத்தில் அச்சிடுவதுபோல ஒரு உருவத்தின் பகுதியை உருவாக்கிக் கொண்டது. அவன் கைகளை நகர்த்த நகர்த்த அந்த உருவம் விரிவடைந்து பகுதிகளை நிரப்பிக்கொண்டது. என் புருவம், கண் இமை, கன்னங்கள், மூக்கு, அதன் நீளம், கன்ன மடிப்பு, தாடை, கழுத்து, காதுகள், அதில் தொங்கின கம்மல்கள், தலை முடி, தலை அமைப்பு, நெற்றிச் சுட்டி, கண் தடிமன், முகப்பரு, வடு, உதடு, அதன் சிறிது திறந்த நிலை, அதன் ஈரம், என அவன் கைகளால் தொட்டு உணர்ந்து கொண்டான். அதைத் தன் கற்பனையில் உருவகப்படுத்திச் சேமித்துக் கொண்டான்.

லிவின்

சூரிய ஒளியின் வெப்பம் விழுந்தப் பகுதிகளை லேசாகவும், அதன் தன்மை மாறுதலுக்கு ஏற்பக் கடினமாகவும் நிழல் அடுக்கை உருவாக்கி, கற்பனையில் உருவாக்கிய என் முகத்தைக் கைகள்மூலம் ஓவியமாக வரையத் துவங்கினான். அவன் என்னிடம் நான் வரைந்ததில் மிக அழகானது பெண் ஓவியம் தானெனச் சொல்லி இன்னும் ஆர்வமாக ஒரு மயில்ப் பீலியின் வருடலைப் போல அவன் விரல்களால் ஒவ்வொரு அணுக்களையும் வருடினான்.

அவனால் அவன் ஆர்வத்தை அடக்கிகொள்ள இயலவில்லை என்பதை அறிந்து கொண்டேன். என் கழுத்தை வரையும்போது அவன் கைகள் நடுக்கம் கொண்டிருந்தன. மெல்ல என் தோள்களைத் தொட்டான், ஒரு நொடி அப்படியே கைவைத்து நிறுத்திக்கொண்டான்.

நான் அசைவின்றி அவன் கைகளுக்குள் தலை முகமெல்லாம் படர, என் ஓவியம் எப்படி வரப்போகிறது என்கிற ஆர்வத்தின் பிரம்மையில் திளைத்திருந்தேன். அவன் அசைவுகளையும் அவன் உள்வாங்கிக்கொள்ளும் தன்மையையும் ரசித்தவளாக என்னையே மறந்திருந்தேன். சிறிது சிறிதாக என் உடல் சூடு பட்டது. முகம் வேர்வையால் பிசுபிசுத்தது. சேது அதை உணர்ந்தவனாய் கைகளை என் தோள்களிலிருந்து எடுத்துக்கொண்டான்.

''என்ன ஆச்சு'' எனக் கேட்டான்

நான் ஒன்றுமில்லை, கொஞ்சம் தண்ணீர் குடித்துக்கொள்கிறேன் எனக் கேட்டுவிட்டு அங்கிருந்து எழுந்து சென்றுவிட்டேன்.

சேது நிச்சயம் வருத்தப்பட்டிருப்பான். அவன் ஓவியம் முழுமையடையாமல் இருந்தது. இரவில் எனக்குத் தூக்கமே பிடிக்கவில்லை அவனை இனி எங்கு தேடுவேன்? என மனம் தடுமாறியது. நிமிடத்திற்கு பல முறை என்னை நானே திட்டித் தீர்த்துவிட்டேன். அவனும், அவன் முகமும், அவன் ஓவிய அட்டையோடு இருந்த அந்த அந்திக் காட்சியும் என் மனதில் உறைந்து

கிடந்தன. நான் அவன் அருகில் அமர்ந்தது முதல் அவனோடு பேசினது, அவன் தொடுதல் என்று என் மனதில் மீண்டும் மீண்டுமாக காட்சிகள் நினைவுகளாக வந்து போனது. சேது என்னும் பெயரை மட்டும் பல முறை நினைத்துப் பார்த்திருப்பேன். நாள் முழுக்க அவனும் அவன் நினைவுகளும் எனக்கு புதியதாக இருந்தன. கால மாற்றமடைவதுபோல. நான் பெரிய பெண் என்பதை இப்போதுதான் உணர்கிறேன். அடுத்து எப்போது சேதுவைச் சந்திப்பது என்கிற ஆவல் என்னை சுரண்டிக் கொண்டே இருந்தது. நான் என்னை மறந்து வேறு வேலைகள் செய்தாலும் எப்படியோ காற்று ஊடுருவதுபோல என்னில் அவன் நினைப்பு ஊடுருவி விடுகிறது. அன்புக்காக ஏங்கித் தவித்த மனம் இப்போது அன்பை ருசிக்க எதை வேண்டுமானாலும் செய்ய முடிவெடுத்திருந்தது.

அடுத்த நாள் முதல் வேலையாகக் கல்லூரி சென்று ஓவியக் கல்லூரி நிகழ்வுகளின் அட்டவணையைக் கேட்டு அதில் சேதுவின் கைபேசி எண்ணை வாங்கிக்கொண்டேன். நானா இதை எல்லாம் செய்வது என்று எனக்கு ஆச்சரியத்தைத் தந்தது. ஆனால், அன்புக்காக ஏங்கும் மனம் என்ன வேண்டுமானலும் செய்யும் என்பதை உணர்ந்திருந்தேன். சேதுவை ஏன் பார்க்க நினைக்கிறேன்? என்னும் கேள்விக்கு விடை இல்லை. ஆனாலும், ஏதோ அவனை சந்திப்பதில் என் மனம் இதம் கொள்கிறது என்பதை மட்டும் உறுதி செய்திருந்தேன்.

சேது என் முகத்தை ஓவியமாக்கிய பிறகு, காலம் அவனுக்கும் எனக்குமாகச் சுழன்றது, அவனும் நானும் அன்பைப் பரிமாறிக் கொண்டோம். இருவரது தனிமைகளைப் போக்க இருவரும் தேவைப்பட்டோம். இரவுகளும் பகல்களும் நினைவுகளாக மாறி, நான் அவனுக்கு மனைவியாகி, என் அங்கங்கள் எல்லாம் அவன் தொட்டு என்னை முழு ஓவியமாக அவன் உலகின் மனத்தாளில் வரைந்து கொண்டான்.

மூன்றாம் மாதம்

மருத்துவர் அறையில் மூன்றாம் மாதத்திற்கான பரிசோதனைகளுக்காகப் படுத்திருந்தேன். வயிறு சிறிதாக வெளிவரத் துவங்கியிருந்தது. குளிரூட்டப்பட்ட அறை என் தோல்களில் ஊசிகள் கொண்டு சிராய்த்து எரிச்சலை ஏற்படுத்தியிருந்தது. தலைச்சுற்றலும் வாந்தியும் என்னை முழுவதுமாகப் பீடித்து உடலளவில் சற்று பலவீனமாக இருந்தேன். அறையில் சிலிக்கானின் மணம் பரவியிருப்பதை என்னால் உணரமுடிந்தது. என் ஆடைகள் சற்று இறுக்கம் கொண்டு இருப்பதை நினைத்துக் கொண்டேன். தோல் சிவக்க ஆடை இறுகியிருந்தது. என் வயிற்றில் புறவொலி வரைவியல் சோதனை செய்து கொண்டிருந்தார் மருத்துவர் வெண்பா. வயிற்றில் குழந்தை நலமுடன் இருப்பதாகச் சொன்னார்கள். அரைமணி நேர காத்திருப்பிற்குப் பிறகு வேறு சில பரிசோதனை முடிவுச் சீட்டைத் தந்தார்கள். அதை வாங்கிக்கொண்டு மீண்டும் மருத்துவரைச் சந்திக்க நானும் சேதுவும் அமர்ந்திருந்தோம்.

மருத்துவர் வெண்பா அறைக்குச் சென்றபோது, மருத்துவரும் குழந்தை நலமுடன் இருப்பதாகச் சொன்னார்கள், நான் தான் புரதச்சத்துக்கள், நீர்ச் சத்துக்கள் குறைவாகக் காணப்பட்டு பலவீனமாக இருக்கிறேன் எனக் கடுமையாக எச்சரித்தார். தயக்கத்துடன் மருத்துவரிடம் என் இடது மார்பு வீங்கி வலிக்கிறது எனச் சொன்னேன்

மருத்துவர், ''இது சாதாரணம்தான். பெண்களுக்கு இந்த முதல் மூன்று மாதத்தில் பால் சுரப்பிகள் பெரிதாகும். அதனால் வீக்கம் உணருவார்கள்'' என்றார்.

நான் ''இல்லை டாக்டர், ஒரு கட்டி போன்று வீங்கிச் சிவந்திருக்கிறது'' என்றேன். சேதுவை வெளியே இருக்கச் சொல்லிவிட்டு என்னை ஆடைகளைக் களையச் சொன்னார்கள். நான் ஆடைகளைக் களைந்து என் மார்பில் இருந்த கட்டியைக் காண்பித்தேன். என் இடது மார்பைச் சுற்றி தோல் வெளிறியும் இருந்தது. மனம் குழந்தையை நினைத்துக்கொண்டது; வயிற்றில் கை வைத்துக்கொண்டேன். என் மன பயத்திற்கு யாரோ என்னோடு இருப்பதாக உணர்ந்தேன்.''

மருத்துவர் பரிசோதனை செய்துவிட்டு என் முகத்தைப் பார்த்தார்கள், நான் மிகவும் களைப்புற்று மூச்சுவிடவும் சிரமப்படுவதாக அமர்ந்திருந்தேன்.

''நந்தவள்ளி, எத்தனை நாளாக இந்தக் கட்டி இருக்கிறது?'' எனக் கேட்டார்.

''ஒரு வருடத்திற்கு மேலாக இருக்கிறது டாக்டர்'' என நான் வறண்ட குரலில் சொன்னேன். சேது அவ்வப்போது என் மார்பின் மாற்றத்தைச் சொல்லியிருக்கிறான். நான் எனக்குள் இருந்த வெறுப்புணர்ச்சியால் அதைச் சாதராணமாக எண்ணிக் கொண்டேன்.

''இதுக்கு ஏதாவது சிகிச்சை எடுத்துக்கிட்டீங்களா?''

''டாக்டர், அது.. இல்ல டாக்டர், இது எப்போதும் வலியோ இல்லை புடைத்தோ இருந்ததில்லை, இந்த மூன்று மாதங்களாக அது பெரிதான மாதிரி இருக்கு, கூடவே ஒரு வித கனமான உணர்வும் இருக்கு. அதான் குழந்தைக்கு ஏதாவது பாதிச்சிடுமோ எனப் பயமா இருக்கு. இது ஒன்றும் பயப்படத் தேவை இல்லை தானே டாக்டர்?''

கைபேசியில் பார்த்த விபரங்கள் மனதில் ஓடிக்கொண்டே இருந்தன. அதை மருத்துவரிடம் நேரடியாக எப்படிக் கேட்பது? வேண்டாம். அவர்களே என்ன சொல்கிறார்கள் எனக் கேட்போம் என சஞ்சலமான மன நிலையில் அமர்ந்திருந்தேன். நான் பயந்தாற் போல மருத்துவர் வெண்பா, எனக்குப் பதில் எதுவும் தராமல் என் அக்குள் பகுதி மற்றும் வேறு இடங்களில் ஏதேனும் தோல் நிற மாற்றமோ, புண் போன்ற வடிவோ, இல்லை ஏதேனும் முரணாகவோ இருக்கிறதா எனப் பார்த்தார்கள். அதன் பின் என்னிடம் வேறெதுவும் கேட்கவில்லை. என்னை ஆடை சரி செய்யச் சொல்லிவிட்டு, தன் கைபேசியில் யாரையோ அழைத்தார்கள்.

எதிரே இருந்த நபர் அவரிடம் ''நலமா'' எனக் கேட்டிருக்க வேண்டும், ''நலமா இருக்கிறேன்'' எனச் சிரித்தபடி ஆங்கிலத்தில் பதில் தந்துவிட்டு, ''நீங்கக் கொஞ்சம் வெளியே காத்திருங்க'' என எனக்குச் சொன்னார்கள்.

நான் வெளியே நடக்க நடக்க, என் காதுகள் கூர்மையாகி அவரின் கைபேசி உரையாடலை முடிந்தவரை கேட்டுவிட முயற்சித்தன.

மருத்துவர், ''எனக்குச் சின்னச் சந்தேகம் இருக்கு'' என அவர் சொல்லி முடிக்கும்போது கதவு சாத்தப்பட்டது. மீண்டும் அரை மணி நேரக் காத்திருப்பிற்குப் பிறகு, நடுத்தர வயதில் ஒரு மருத்துவர் அறைக்குள் நுழைந்தார். தலை மொட்டை அடித்திருந்தார், கனமான தாடி மீசை. வான் நீல நிறச் சட்டையை குழைவாகக் கால்ச் சட்டைக்குள் சொருகியிருந்தார். தொப்பை இல்லை. கையில் கைபேசியை பார்த்தபடி மருத்துவர் வெண்பாவின் அறைக்கு நடந்து கொண்டிருந்தார். மருத்துவர் வெண்பா, அவரை ஆர்வமாக வரவேற்று அழைப்பை ஏற்று வந்தமைக்கு நன்றி என ஆங்கிலத்தில் சொல்லும்போது கதவு மீண்டும் சாத்தப்பட்டது. சில நிமிடங்களுக்குப் பிறகு. என்னையும் சேதுவையும் உள்ளே அழைத்தார்கள். ''இவர் மருத்துவர் சத்தியன்'' என அறிமுகம் செய்தார்.

''இவர் புற்றுநோயியல் நிபுணர் என்று மருத்துவர் வெண்பா சொன்னதும், என் முகமெல்லாம் நடுக்கத்தின் நிழல் நிரப்பிக் கொண்டது. என் அடிவயிறு சில்லிட்டது. சேது என் கைகளைப் பிடித்துக் கொண்டான். அவன் கைகளில் சின்னதான ஒரு நடுக்கமும், வியர்வையின் ஈரத்தையும் அறிய முடிந்தது. அறையின் குளிர் எங்கு போனது எனத் தெரியவில்லை. எல்லாப் புறத்திலிருந்தும் கனல் இடுவதாக வெப்பம் அதிகரித்தது.''

''ஒன்றும் பயப்பட வேண்டாம், மார்பின் கட்டியைப் பரிசோதிப் பது நல்லது எனப்பட்டது. இது குழந்தைக்கும் தாய்க்கும் மிகவும் முகியமானது. உங்களுக்குச் சரி என்றால், மருத்துவர் சத்தியன் ஒரு முறை கட்டியைப் பரிசோதனை செய்வார் என்றார் மருத்துவர் வெண்பா.

நான் சேதுவிடம் என்ன செய்வது என்று கேட்பது போலக் கைகளை இறுக்கிக் கொண்டேன். மனம் ஒரு நடுஇரவின் இருட்டில் யாரோ தொலைந்து கூக்குரலிடுவது போன்ற உணர்வைத் தந்தது. சேதுவும் நானும் எதுவும் பேசாமல் பேசமுடியாமல் வார்த்தைகளை விழுங்கிக் கொண்டு வெட்டுவதற்கு கோடரிகள் தீட்டுவதை பார்க்கும் மரம்போல அமர்ந்திருந்தோம்.

சத்தியன் மருத்துவர் ''கவலைப்படாதீங்க, உங்களுக்கு ஒண்ணும் ஆகாது. ஒரு வேளை புற்றுநோயாக இருந்துவிட்டால் சீக்கிரம் அதை அறிந்துகொள்வது தான் சிறந்தது. எதுவானாலும் மருத்துவர் வெண்பா சொன்னபடி மார்பில் இருக்கும் கட்டியின் வீக்கம் சரி செய்தாக வேண்டும். நாளை, குழந்தைக்கு அது பாதிப்பைத் தந்துவிடக் கூடாது இல்லையா? அதனாலதான் சொல்றேன்'' என்று கூறும்போது அந்த அறையில் அந்த வார்த்தைகள் எங்களுக்கு யாரோ தள்ளி நின்று பேசுவது போலப் புரிந்தும் புரியாததுமாக இருந்தது.

அறையின் குளிரூட்டியின் சத்தம் அதிகமாகக் கேட்கும் அளவிற்கு அமைதி நிலவியது. மருத்துவர்கள் எங்களிடமிருந்து பதில் எதிர்பார்த்திருந்தனர்.

சேது "சரி டாக்டர்" என்றான்.

ஏதோ ஒரு உலகின் வாசலைத் திறந்து என்னை உள்ளே அனுப்பும் நுழைவுச் சீட்டு போல அது இருந்தது. இதோ இந்த நிமிடங்கள் நகராமல் இருக்குமெனில் நலமாக இருக்கும்; திரும்ப வாழ்க்கை பின்னோக்கிச் சென்றாலும் போதும் என இருந்தது. காலத்தைப் பின் செலுத்தும் சக்தி பெண்ணுக்குக் கொடுக்கப்பட வேண்டும் என எண்ணினேன். என் எண்ணங்களில் தேனீக்கள் மொய்த்தன. அவை கலைந்த சின்ன இடைவெளியில் பரிசோதனை அறையில் என்னை ஆயத்தப்படுத்தி அமர வைத்திருந்தார்கள் என்பதை அறிந்தேன்.

எல்லாம் வேகமெடுத்து, எதுவும் எங்கள் கையில் இல்லை என்பதாக மாறிக்கொண்டிருந்தது. யோசிக்க இடைவெளி இல்லாதது போல நிமிடங்களும் மணிக்கூறுகளும் கடக்கத் துவங்கியிருந்தன. சத்தியன் மருத்துவர் மார்புகளைப் பரிசோதனை செய்துகொண்டிருந்த ஒவ்வொரு நிமிடமும் என் இதயத் துடிப்பின் வேகத்தை உணர்ந்து கொள்ள முடிந்தது. அது வினாத்தாளை திறக்கும் முன் நிகழும் அலைபாய்ச்சலாக இருந்தது. ஒரு நம்பிக்கையின் நூல் இழையில் ஒன்றுமிருக்காது என்று யாரோ மனதை நம்பவைக்கும் படி அது கெஞ்சிக்கொண்டிருந்தது. ஒரு முள் பாதையின் துவக்கப் புள்ளியில் நின்றுகொண்டு, முன்னோக்கித்தான் நடந்தாக வேண்டும் என்கிற சூழலை மனம் அறிந்து கொண்டிருந்தது. சத்தியன் மருத்துவருக்கு ஏதோ சந்தேகம் வலுப்பெற்றிருக்க வேண்டும், தன் சந்தேகத்தை உறுதி செய்ய, அல்ட்ராசவுண்ட் மற்றும் மேமோகிராம் எடுக்கப் பரிந்துரைத்தார்.

சேது, என்னிடம் என்ன சொல்வது என மனக்கிடங்கிலிருந்து வார்த்தைகளைத் தேடித் தொலைந்து கொண்டிருந்தான். என் கைகளை அவன் விடவே இல்லை. ஒவ்வொரு பரிசோதனைக்கும் என்னுடன் நடந்துகொண்டு எதுவுமே பேசாமல் அவன் மனதுக்குள்

கேள்விகளையும் பதில்களையும் அடுக்கும் வார்த்தைகளையும் சுழலவிட்டுக் கொண்டிருந்தான்.

அந்தி கடந்தபோது, பரிசோதனைகள் முடிந்து வீட்டிற்குப் போக ஆட்டோவில் பயணப்பட்டுக் கொண்டிருந்தோம். ஆட்டோ மேடு பள்ளங்களில் இறங்கி ஏறிக் கொண்டிருந்தது, ஏற்கனவே வலிகளின் பிடியில் பிழியப்பட்டிருந்த எனக்கு, இந்த அரசோ அல்லது இந்தச் சாலையைச் செப்பனிட்டவரோ இன்னும் வேதனையைக் கூட்டித் தந்தார்கள். வயிற்றில் கை வைத்துப் பிள்ளையின் குலுங்கலைக் குறைக்க முயற்சி செய்தேன்.

மெதுவாக ''சேது'', என அடைத்த குரலில் அழைத்தேன். எச்சில் வறண்டு தொண்டைக் குழி வலித்தது. சேது ''ம்' என மட்டும் ஒலி தந்தான். அவன் என்ன யோசித்துக் கொண்டிருக்கிறான் என மனம் கேட்டாலும், அதைவிட பல நூறு யோசனைகள் அதைப் பின்னுக்குத் தள்ளிக் கொண்டன. கேட்க வேண்டும் என வந்த கேள்வியும் இப்போது நினைவுகளில் இல்லாதது போல மாய்ந்து கொண்டிருந்தது. சேது முதல் முறை ஏதோ ஒரு வித்தியாசத்தை உணர்கிறேன் எனச் சொன்னபோது நான் கண்டுகொள்ளாதது எவ்வளவு தவறாகியிருக்கிறது. ஒருவேளை புற்று நோயாக இருக்குமென்றால் என்ன செய்ய? இந்த நிலையில் புற்றுநோய் வரும் எனக் கனவிலும் நினைத்ததில்லை. புற்றுநோய் என மருத்துவர் இன்னும் சொல்லவே இல்லையே, மனம் ஏன் புற்றுநோய் என நினைக்கிறது? ஒரு வேளை இருந்துவிட்டால். குழந்தை என்ன ஆவது?. சேது எப்படி எடுத்துக்கொள்வான்?, சேதுவின் அம்மாவை நினைத்தாலே மனம் இன்னும் இறுக்கம் கொள்கிறது. இந்த உலகம் என்னை எப்படிப் பார்க்கும்? என்னைத் தள்ளி வைத்துவிடுவார்களா? சேது என்னைப் பிரிந்துவிடுவானா? நான் மீண்டும் அனாதையாக்கப்படுவேனா? சேதுவிடம் கேட்கவே பயமாக இருக்கிறது. அவனிடம் எப்படிப் பேசுவது? உலகிலிருந்து என்னை யாரோ தனிமைப்படுத்தி ஒரு கண்ணாடிக்குவளைக்குள் அடைப்பதாக இருக்கிறது.

உடலில் இதுவரை நான் எதையும் உணர்ந்ததில்லை, இப்போது பட படப்பாக இருக்கிறது. மார்பு வலிப்பதாகத் தெரிகிறது. எப்போதும் வியர்க்கிறது. எல்லாம் என் கற்பனைகள்தானா எனத் தெரியவில்லை. உண்மை எது? என் கற்பனை எது? என எனக்குத் தெரியவில்லை. ஒரு சாதரண சராசரிப் பெண்ணாக நான் ஏன் இருந்திருக்கக் கூடாது?. எனக்கு ஏன் இந்த நிலை? நான் என்ன செய்வேன்? எதை எதையோ நினைக்கிறேன். அதைவிட என்னை வெறுப்பின் உச்சியில் நானே நிறுத்திக்கொள்கிறேன். என் சுயம் அவமானத்திலும், பயத்திலும், அறியாமையிலும் கூனிக்குறுகி நிற்கிறது. கடவுளைத் துணைக்கு அழைக்கிறேன். நம்பிக்கையற்ற நிலையில் எங்கு சென்று முறையிடுவது? ஒன்றும் இருக்காது அது சாதரணக் கட்டியாக இருக்க வேண்டும் என்று பல லட்ச முறை பிரார்த்தனை செய்துவிட்டேன். வேறு நான் என்ன செய்ய இயலும்?

கண்கள் காட்சியைக் காண மறுத்தன. சிந்தனையின் கேள்விகளின் போக்கில் மங்கலாகிப்போனது. ஆட்டோ ஓட்டுனரின் இருக்கையின் பின் பகுதியில் ஒட்டப்பட்டிருந்த, அந்தி சூரியன் மறையும் ஏரியின் படத்தைக் கண்டேன். அந்த ஏரியின் நடுவில் ஒரு படகும், வானில் இரண்டு பறவைகளும் பறப்பதாக, இதமான ஒரு காட்சியாக என் நினைவுகளின் கிடங்கிலிருந்து வாழ்க்கையின் வேறொரு மாறுதலின் நாளை என் கண்முன்னே விரித்தது.

நினைவு

என் இளம் வயதில் நானும் சேதுவும் அடிக்கடி சந்திக்கும் ஏரியின் நடுவில் மிதந்தாடிக் கொண்டிருந்த துடுப்பிடும் படகில் அமர்ந்திருந்தோம். அந்தி வானின் சிவப்பு ஏரியின் தண்ணீர் முழுதும் நிரம்பி இருந்தது, மேகங்களின் அடர்த்தி அன்று பிரம்மிக்க வைக்கும் ஓவியமாக இருந்தது. காதல் நிறைந்த காற்று எங்கள் இருவரையும் மிருதுவாகத் தழுவிக் கொண்டு விளையாடிக் கொண்டது.

நான் வெறுமனே சேதுவை வெகுநேரமாகப் பார்த்துக் கொண்டிருந்தேன். அவன் எப்போதும் போலவே அமைதியாக அமர்ந்திருந்தான். அப்படி என்னதான் சிந்திப்பானோ? அவன் உலகின் இருட்டில் இந்த ஏரியும் வானமும் எப்படி இருக்கும்? அவனுக்குப் பல முறை இந்த ஏரியையும், தண்ணீர் அமைப்பையும், கரையின் வடிவையும் சொல்லியிருக்கிறேன். அத்தனை முறையும் அவன் முகம் பிரமிப்பால் நிரம்புவதை கவனித்து, சில நேரம் என் கற்பனையையும் கலந்திருக்கிறேன், அவன் அதைக் கண்டு கொண்டு நகைப்பான். தண்ணீரை தொட்டுக் கொள்வான், கரை முழுதும் வெறும் காலில் நடப்பான், புல்லிலும், கல்லிலும் படுத்து அதன் வாசனையைப் பிடித்துக் கொண்டு புலன்களால் அதை அறிந்து கொள்வான்.

வானில் நாரைகள் கீச்சிட்டுப் பறந்தபோது அதன் திசையைப் பார்த்துக் கண்களை மூடிக்கொண்டு காதுகளை இன்னும்

கூர்மையாக்கினான். நான் மெல்ல நகர்ந்து அவனைக் கட்டி அணைத்துக் கொண்டேன். இதுவரை என் முகத்தை, என் தோள்களையும், என் கைகளையும் மட்டுமே தொட்டுணர்ந்தவன் இன்று என் அணைப்பை எதிர்பார்க்கவில்லை. அவன் கற்பனையில் இருந்த என் உருவத்திற்கு அன்று உடலின் ஒரு பகுதியும் வடிவு பெற்றது. நான் நன்கறிவேன்; சேது என்னைத் தொடுவதின் மூலம் என் பிம்ப வடிவை முழுவதுமாக அவன் நினைவுலகில் வடிக்கக் காத்திருந்தான். என் அணைப்பு அவனில் சின்னதாக நடுக்கம் தந்தது.

அந்திச் சூரியன் மேகங்களுக்குள் மறைந்து இரவின் போர்வை எங்களை மூடிக்கொண்டிருந்தது. நான் சேதுவை என்னை அணைத்துக்கொள் என்றேன்; அவன் பின்னிலிருந்து என்னை என் கைகளோடு கைகளாக அணைத்துக்கொண்டான். அவன் மூச்சுக்காற்றின் வேகம் அதிகரிப்பதை உணர்ந்தேன்; அவனை இன்னும் துன்பப்படவிட நினைத்தேன். அவன் கைகளைப் பிடித்து நானே என் வயிற்றில் வைத்துக் கொண்டேன். அவன் குனிந்து என் காதுகளில், ''என்னவானது இன்று உனக்கு, என்ன ஆச்சு?, ஏதோ நடந்திருக்கு சொல்லு என்றான்.'' ''ஒன்றுமில்லை சேது'' என உண்மையை மறைத்தேன். என் தயக்கத்தை உணர்ந்து மீண்டும் அவன் என்னிடம் அதைப்பற்றிக் கேட்கவில்லை. நான்,

''சேது நாம எங்கேயாவது போய்விடலாமா?''

எதுவுமே யோசிக்காமல் ''போகலாம்'' என்றான். அவன் கைகளில் இரண்டு சொட்டு நீர் விழுந்ததும் நான் அழுகிறேன் என அறிந்து கொண்டான். மீண்டும் அமைதி. அவன் எதுவும் என்னிடம் கேட்கவில்லை. சேதுவிடம் எனக்குப் பிடித்ததே அது தான். அவன் என் எண்ணங்களுக்கான இடத்தை எடுத்துக் கொள்ளவே மாட்டான். நான் சற்று கீழ் இறங்கி, என் தலையைத் திருப்பி மெதுவாக அவன் தோள்களில் சாய்ந்து கொண்டு அவன் தாடியைப் பார்த்துக் கொண்டே அதைத் தடவிக் கொண்டேன்.

என் மனம் கவலைகளின் பிழம்பிற்குள் உருகிக் கொண்டிருந்தது, அதில் மருந்திட்டவன் போல என் நெற்றியில் முத்தமிட்டு,

"சரியாகிடும்" என்றான்.

எப்படி எனக்குத் தேவையான அந்த ஒற்றை வார்த்தையை அறிந்து கொள்கிறானென இன்னும் காதலித்தேன்.

"சேது, இவ்வளவு நாள் அந்த வீட்டுல எப்படி இருந்தேன்னு தெரியல; நான் உன்கூட இருக்குற நேரம்மட்டும் தான் மகிழ்ச்சியா இருக்கேன். எனக்கு இப்போ யாருமே இல்ல. எனக்கு வீட்டுக்குப் போகப் பிடிக்கல. அது என் வீடும் இல்ல. சேது என் கண்களைத் துடைத்தான்: நான் அவன் கைகளைப் பிடித்து என் கழுத்துக்குக் கீழ் வைத்து நாடியால் இறுக்கிக்கொண்டேன்."

"எனக்கு யாருமே இல்லை சேது"

"உனக்குத் தெரியுமா சேது, நான் ஏழாவது படிக்கும் போது பள்ளிக்கூடத்தில் வைத்து வயதுக்கு வந்தேன். என்னை டெய்சி டீச்சர் வீட்டுக்கு அழைத்து வந்த போது, அம்மா என்னிடம் என்ன சொன்னாங்க தெரியுமா?"

"அதுக்குள்ள உனக்கு என்ன கேக்குதுண்ணு, வயசுக்கு வந்திருக்க" எனக் கத்தினாள். டெய்சி டீச்சர் அம்மாவிடம்

"பாத்துக்கோங்க சின்னப்பிள்ள" எனச் சொன்னதும்.

"இவளா? இனி விட்டா பெத்திடுவா"

என வார்த்தைகளில் முள்ளுகளைச் சுற்றி என் மீது எறிந்தாள். டெய்சி டீச்சர் எந்தப் பதிலும் சொல்லாமல் என் முகத்தைப் பார்த்து என் தோள்களைத் தட்டிவிட்டு வெளியேறிச் சென்றார்கள்.

நான் டாய்லெட் சென்று என்னைச் சுத்தம் செய்துகொண்டேன். அதுக்கு மேல் எனக்கு என்ன செய்யவேண்டும் எனத் தெரியவில்லை. என் அறையில் வந்து ஒருச்சரிந்து படுத்துவிட்டு கண்களை மூடி

இரவை முன்னிழுத்து மனதில் என் அப்பாவை எண்ணிக் கொண்டேன்.

என் அப்பாதான் முதலில் எனக்கு நாப்கின் வாங்கித்தந்தார், அடுத்த வீட்டில் இருந்த வசந்தி அக்காவிடம் விடயத்தைச் சொல்லி, எனக்கு உதவி செய்தார்.

பெண்ணிற்காக ஒரு அம்மா எப்போதெல்லாம் இருக்கணுமோ அவள் எனக்கு இல்லவே இல்லை. இரண்டாவது மாதம் வயிறு வலித்துக் கிடக்கையில் இதை மாதாமாதம் எப்படித் தாங்கிக்கொள்வது என மனம் ஏற்க மறுத்தது. ''இயற்கையாம் இயற்கை; மண்ணாங்கட்டி.'' வாய்க்கு வந்தபடி எல்லாம் திட்டினேன். சிறுகச் சிறுகப் பழகி, என்னை அறியாமலே ஒரு பாதுகாப்பு வேலியைச் சுற்றிக் கொண்டேன்.

அப்பா, பிணங்களைப் பதப்படுத்தும் ஃபார்மால்டிஹைட் இரசாயனத் தயாரிப்பு மற்றும் வியாபாரம் செய்துவந்தவர். வியாபாரத்தில் இழப்பு ஏற்பட்டு வீட்டிலேயே சில காலம் முடங்கிப் போனார். பின் சில காலம் வீட்டு வேலைகளைச் செய்தார், பின் சிலகாலம் வீட்டின் அடிமையானார். பின் வீட்டில் கிடக்கும் பிராணி போலானார். எப்போதாவது சாப்பாடும், முழு நாளும் வேலையும் என்று மாறிப்போனது அவர் வாழ்க்கை. கிழிந்து போன பனியனும், ஒரு கைலியுடனேதான் அவரை எனக்கு நியாபகம் இருக்கிறது.

அப்பாவுக்கு இருந்த ஒரே மகிழ்ச்சி நான் மட்டும்தான். எனக்குப் பிடிக்கும் என்று எனக்குப் பிடித்த உணவுகளையே சமைப்பார்.

அம்மாவைப்பற்றி எனக்கு நினைக்கவும் பிடிக்கவில்லை, அவளைப் பற்றிப் பேசவும் பிடிக்கவில்லை. முக்கியமாக அவளை அம்மா என்று சொல்லவே மனம் ஒவ்வவில்லை. மழைக் கால குளிருக்கு அப்பா போர்வை என்றால் அவள் மழை நீரில் கலக்கும் சாக்கடை, அதுவும் மருந்து நாற்றம் கொண்ட சாக்கடை. அவள் ஒரு

செவிலியர், அவள் வேலை செய்யும் மருத்துவமனையிலிருந்து மருந்துகளைத் திருடி... போதைப்பொருளாக உபயோகிப்பாள். பல நாட்கள் வீட்டிற்கே வருவதில்லை. அவளுக்குப் பங்களா வீட்டுச் சினேகிதம் உண்டு. வீடு வரும் அன்று அப்பாவுக்கு நிம்மதியே இருக்காது, வெளிமதில் கதவு திறக்கும்போதே அப்பாவின் பெயரைச் சொல்லிக் கெட்டவார்த்தைகளில் கூப்பிடுவாள், பையைக் கையிலிருந்து வாங்கி, அவளுக்குச் சுடு தண்ணி வரைக்கும் அப்பாவே செய்தாக வேண்டும். ஏன், அப்பாவை அடிக்கக் கூடச் செய்வாள். அப்பா எதுவும் பேசமாட்டார். பேசினால் அவள் இன்னும் பல மடங்கு சத்தமிட்டு ஊருக்கே அம்பலப்படுத்தி மானம் என்னும் மயிரை சிரைத்துக்காட்டி காட்சிப்படுத்துவாள். பலர் அவளுக்குப் பேய் பிடித்திருக்கு எனச் சொல்லுவார்கள். இல்லை அவள் பயித்தியம் எனவும் சொல்லுவார்கள்.

அவள் உண்மையில் ஒரு பேய் தானென நானும் நம்புவதுண்டு. என் சிறு வயது தொட்டு அவள் என்னைப் பார்த்துக்கொண்டதே இல்லை. என்னை அந்த வீட்டின் ஒரு பொருளாக மட்டுமே பார்ப்பாள். அவள் இருக்கும் அறைக்கு நான் செல்வதில்லை. அவள் எதற்காகவும் என்னை அழைக்கமாட்டாள். நானும் எதற்காகவும் அவளிடன் எதையும் கேட்கமாட்டேன். அவள் என்னைப் பார்த்தாலே எதையாவது தூக்கி வீசுவாள். அப்பாவை அழைத்து உடனே அதைச் சுத்தம் செய்யச் சொல்லுவாள். அவர் சுத்தம் செய்து முடிக்கும் வரை அவரை மிதிப்பதும் திட்டுவதும் மீண்டும் எதையாவது எடுத்து அவர்மீது எறிவதும் எனக் கொடுமை செய்வாள். அப்பாவுக்காகவே நான் அந்த வீட்டில் ஒளிந்து வாழ்வேன். என் அறையைவிட்டு வெளியே வருவதே இல்லை. ஒளிந்து ஒரு புழுவைப் போலவே ஒவ்வொரு நாளையும் கடத்துவேன். மனம் அன்பைத் தேடும். அது என் வீட்டின் தூசியில் கூட ஒட்டி இருக்கவில்லை.

என் உடல் வளர்ந்தபோது அப்பா ஒரு நாள் வசந்தி அக்காவிடம் புதுத் துணிகள் வாங்கித் தரப் பணம் தந்து அனுப்பினார். வசந்தி அக்கா

வாங்கி வந்த மேல் கச்சையை முதல் முறை அணிந்து கண்ணாடிமுன் நான் நின்ற போது என் மார்பகங்கள் எனக்கு வியப்பைத் தந்தன. ஏதோ இரகசியம் உடைந்தது போல மனதில் என்னவோ ஒரு கேள்வியின் முடிவில் துவங்கும் விடையின் முதல் புள்ளிபோல ஒரு உணர்வு. புதுவிதமாக உணர்ந்தேன். சுற்றி தோள்களை வளைத்துப் பார்த்துக்கொண்டேன். எதுவும் எனக்கு யாரும் சொல்லித் தருவதில்லை. அந்தந்த நேரங்களின் அனுபவங்கள் எனக்குப் பாடங்களாயிருந்தன. கண்ணாடியின் பிம்பத்தில் என்னைப் பார்த்து எனக்குள்ளாக வெட்கப் புன்னகை செய்தபோது, அம்மா வீட்டிற்குள் வந்தாள். கண்ணாடி முன் நான் அரை நிர்வாணமாக இருப்பதைக் கண்டு என்னை பிடித்து இழுத்து வீட்டிற்கு வெளியே தள்ள முயன்றாள். அப்பா அவள் காலில் விழுந்து, என்னை போர்வையால் அணைத்து அறைக்கு அனுப்பினார். வெளியே அன்று பெரும் மழை. நான் சிறுமியாக பெரும் அவமானத்தை அடைந்ததை அறிந்தேன். மனதளவில் அன்று பெரியபெண்ணானேன்.

அன்று இரவில் அப்பா என்னிடம் வந்து, என் உயரத்திற்கு அவரை இறக்கினார். என் இரு கைகளையும் பிடித்து அவர் கைகளுக்குள் வைத்துக் கொண்டார். பேச வார்த்தை வராமல் தொண்டை அடைத்திருந்தது அவருக்கு. கண்கள் சிவந்து கண்ணீர் வெளியேறியபோது என் கைகளை விடாமல் தலையைச் சாய்த்து தோள்களில் துடைத்தார். எனக்கும் ஏனோ உடனேயே அழுகை வந்தது.

''நந்தவள்ளி, நீ அழாதடாம்மா''

''நீங்களும் அழாதீங்கப்பா, எனக்கும் அழுகை வருது. ஏன்பா அழுறீங்க? நான் உன்ன அழவச்சிட்டனா?''

தொண்டை கனத்த அவர் அழுகையை விழுங்கிக் கொண்டார் ''நான் வெளிய போறேன்டாம்மா, நீ ஒருவேளை அப்பாவ அதிக நேரமா காணலயேயெனத் தேடாத, அப்பா தூரமா ஒரு இடத்திற்கு

போறேன். அங்க உன்ன கூட்டிட்டுப் போக முடியாது''. எனச் சொல்லிக்கொண்டே என் தோள்களில் சாய்ந்தழுதார்.

எனக்கு அன்று தெரியவில்லை, அது நான் அவரைக் கடைசியாகப் பார்க்கும் இறுதி நாள் என்று. என்னை இறுக்கமாகக் கட்டிக் கொண்டு விம்மிக் கொண்டிருந்தார்.

''அப்பாவ மன்னிச்சிடுடாமா, உன்னத் தனியா விடணும்னு நினைக்கல, எனக்கு வேற வழி தெரியல. நீ தான் உன்னப் பாத்துக்கணும். என்ன ஆனாலும் நடனத்த விட்டிடாத, அதுல நீ பெரிய ஆளா வரணும் சரியா. அப்பாவ நினச்சு வருத்தப்படக் கூடாது'' என என் தலையைத் தடவிக் கொடுத்தார்.

மடியிலிருந்து இரண்டு சலங்கைகளை என்னிடம் தந்துவிட்டு எதுவுமே பேசாமல், என்னைத் திரும்பிக் கூடப் பார்க்காமல் விறு விறுவென எழுந்து நடந்தார். இருட்டில் நிழல்போல மறைந்தார். அதே போன்று நிழலில் தினமும் இரவுகளில் அவரைத் தேடுவேன்; அவர் வந்ததே இல்லை.

சேது... ஒன்றும் பதில் சொல்லாமல் கேட்டுக் கொண்டிருந்தான். அவன் என்னை வெறுக்கவும் கூடும், அதிகமாக அன்பு செய்யவும் கூடும். ஆனாலும், அவன் என்னைப் பற்றி முழுவதுமாக அறிந்துகொள்ள வேண்டும் என்று நினைத்தேன். ஒரு பிரிவைக் கூட எதிர்கொள்ள ஆயத்தப்பட்டேன்.

இரண்டு நாட்களுக்கு முன்,

''அம்மா...''

எனச் சொல்லும்போது அழுகை என்னை நிறைத்துக் கொண்டது. ஏன் அழுதேன் என எனக்கு விளங்கவில்லை, காரணம் அவளை அவ்வளவுக்கு வெறுத்திருந்தேன். என்ன செய்ய எனக்கிருந்த ஒரே உறவும் அவள்தான். அவளை எப்படி வெறுத்தாலும் அவளுக்கு ஒன்று என்றானபோது நான் நிலை தடுமாறிவிட்டேன். இனி என்ன

செய்ய? என்னும் பெரிய கேள்வியின் கொக்கியில் என்னைக் கட்டி விட்டது போலானது.

சேது 'அழாத,' என என் கைகளை தடவிப் பிடித்து அவன் உள்ளங்கையில் வைத்து இரண்டு கைகளால் மூடிக் கொண்டான்.

இரண்டு நாட்களுக்கு முன் நான் கல்லூரியிலிருந்து வீடு வந்தபோது, வீட்டிற்கு முன்பாகக் காவல் வாகனமும், மருத்துவ அவசர ஊர்தியும் நின்றிருந்தது. அதிலிருந்து சிவப்பு மற்றும் நீல நிற வெளிச்சம் சுற்றிச் சுற்றி படர்ந்து என்மீது கேள்விகளாக விழுந்தது, நான் அப்பாவிற்கு ஏதாவது ஆகியிருக்குமோ எனப் பதைத்தேன். என்னவோ என நினைத்துக்கொண்டு தயக்கத்துடனும், சிறிது வேகமாக வீட்டின் வாசலை அடைந்தபோது...

பெண் காவலர் ஒருவர் என் தோளில் வந்து தட்டி, "உன் அம்மா" எனச் சொல்லி ஏதோ பேசினார்கள். எனக்கு எதுவும் கேட்கவில்லை. உடல் எல்லாம் சில்லிட்டது. வீட்டின் நடுவே அவளைத் துணியில் சுற்றி கிடத்தியிருந்தார்கள். எனக்குச் சுற்றி இருந்த சத்தம் மீண்டும் கேட்கச் சில வினாடிகள் பிடித்தது. அவள் இறந்துவிட்டாளென மட்டும் நன்கு அறிந்துகொண்டேன். மனதில் இனம்புரியாத ஓர் அமைதி, எதனாலோ இனி ஒளிந்து கொள்ளவேண்டாமென மனம் சட்டென்றுச் சொல்லியது. யாரும் எதிர்பார்க்காமல் என்னை அறியாமலே சத்தமாகச் சில நிமிடங்கள் சிரித்தேன். பார்த்தவர்கள் எனக்குப் பயித்தியம் பிடித்துவிட்டது என முடிவு செய்தனர். நான் மெதுவாக நடந்து, அவளைக் கூர்மையாகப் பார்த்தேன். 'இந்த நாள், எனக்கு எத்தனை நாள் கனவு' என மனம் நகைத்தது.

எனக்கு நடனமாட வேண்டும் போல இருந்தது. அப்பா தந்துவிட்டுப் போன சலங்கைகளைப் பையிலிருந்து எடுத்துக் காலில் அணிந்துகொண்டேன். சிலர் என்னைத் தடுத்தார்கள். நான் அதைப் பொருட்படுத்தாமல் நடனமாடினேன். அப்பா நிச்சயம் இந்த இருட்டில் எங்கோ நின்றுகொண்டு இதைப் பார்த்திருப்பாரென

உதிர்வு

நம்பினேன். அம்மாவின் நகையை செலவுக்காக அடகு வைத்து, சுற்றி இருந்த வீட்டார் இறுதிக் காரியம் செய்தனர். ரசீதை இரவில் என் கைகளில் தந்து சென்றனர். அந்த வீட்டில் தனிமை எனக்கு முதல் முறை அல்ல, பழக்கப்பட்டிருந்தேன். ரசீதை கையில் வைத்துக்கொண்டு வாழ்க்கையின் கணக்குகளை சரிபார்த்தேன்.

என்னை அணைத்துக் கொண்டிருந்த சேதுவின் கைகள் இன்னும் இறுக்கமானதை உணர்ந்தேன். அவன் என்னை விட்டுவிடமாட்டான் என மனம் நம்பியது.

திருமணம்

ஏரியிலிருந்து எங்கு போவது என ஆலோசித்தபோது சேது தன் வீட்டிற்குப் போகலாம் என்றான். எனக்கு அவன் வீட்டைப் பற்றி எதுவுமே தெரியாது. நான் மறுப்பேதும் கூறவில்லை. இடுப்பில் ஏறிக்கொள்ள நினைக்கும் பிள்ளையின் மன நிலையிலேயே இருந்தேன்.

கையில் பை எதுவுமில்லை. எடுக்க என்னிடம் எதுவுமே இல்லை. உண்மையில், இருந்தவற்றில் என் வீட்டின் வாடை படிந்திருந்ததால் எதையும் எடுத்துக்கொள்ள மனம் ஒவ்வவில்லை. அன்று அணிந்திருந்த மஞ்சள் நிறச் சுடிதாரிலே அவனோடு வந்திருந்தேன். ஒரு இரவுப் பயணம். தெற்கு எல்லை; கேரளாவை ஒட்டின மலையூர் அது. எங்கும் பச்சை நிறம் படிந்து இயற்கையின் அன்பை காட்சிப்படுத்தியது. ஊர் முழுதும் பாசி மணம். மழையின் ஈரப்பதம். மனம் லேசுபட்டிருந்தது. சேது அவன் வீட்டைப் பற்றி முன்பு சொல்லியிருந்தான். அம்மா அன்பானவள் என்றான், அண்ணன் வியாபாரம் செய்கிறான், அண்ணி வீட்டோட. ஒரு பிள்ளை இரண்டு வயது, இன்னொரு பிள்ளை கருவுற்றிருக்கிறாள் எனச் சொன்னான். அவன் சொன்ன வார்த்தைகளிலிருந்து அவர்களை என்னால் முகம் வடித்துக் கொள்ள இயலவில்லை. சேதுவின் அப்பாவும் அவனைப் போலக் கலை ஆர்வலர் என்றும், அவர் ஒரு நாடோடி என்றும் அடிக்கடிச் சொல்லுவான். வாழ்க்கை என் கட்டுப்பாட்டில் இல்லை

என்பதை அறிந்து கொள்ள சில தொலை தூரம் பிடித்தது. இலக்கு இல்லாத ஒரு பயணத்தில் யாரோ என்னைச் செலுத்துவதுபோல ஒரு உணர்வு.

பேருந்து நிலையத்திலிருந்து ஆட்டோ நிறுத்தத்தை அடைந்தபோது, அங்கிருந்த ஆட்டோ ஓட்டுனர்கள் சேதுவை நன்கு அறிந்திருந்தனர். அதில் ஒரு பெரியவர் "வாங்க தம்பி" என அழைத்து அவர் ஆட்டோவில் அமர வைத்தார். என்னைப் பார்த்தும் மரியாதை செய்து புன்னகை செய்தார். எனக்குள் மனம் மெல்ல கேள்விகளை எழுதத் துவங்கியது. சேது அந்த பெரியவரை நலம் விசாரித்துக் கொண்டும், ஊரின் கதைகளை கேட்டுக் கொண்டும் வந்தான்.

ஆட்டோ ஒரு பெரிய கேட்டின் முன் வந்து நின்றது. சத்தம் கேட்டு கேட்டை திறந்து ஒரு பெரியவர் வந்து சேதுவைப் பார்த்ததும். "வாங்க தம்பி" என வணக்கம் சொன்னார். தலையில் முடி இல்லை, கால் சட்டையும் ஒரு அரைக் கை பனியனும் அணிந்திருந்தார். அறுபது வயதிருக்கும். சேதுவுடன் என்னைப் பார்த்ததும் "வாங்கம்மா" என எனக்கும் புன்னகை தந்தார். இது மணி தாத்தா. நம்ம வீட்டுக்கு காவலரும் தோட்டவேலையும் செய்யறார். இது நந்தவள்ளி என என்னை அறிமுகம் செய்தான். பெரியவர் கேட்டைத் திறக்க முன் பகுதியில் ஐம்பது அடிக்குப் பூந்தோட்டம் இருந்தது. அதைத் தொடர்ந்து விடுதி போன்ற பெரிய வீடு.

பிரமிப்பு என்னை விடாது பிடித்திருந்தது. வீடு என் கற்பனைக்கு எட்டாதபடி இருந்தது. சேது இதுவரை அவன் இவ்வளவு வசதியுள்ளவன் என்று எனக்குச் சொன்னதில்லை. திரும்பி ஆட்டோவை ஒரு முறை பார்த்தேன் அது வெகுதூரம் சென்றிருந்தது ஏன் பார்த்தேன் என்பதும் எனக்குப் புரியவில்லை. சேது என் கைகளைப் பிடித்துக்கொண்டு கவனமற்று வீட்டை நோக்கி நடந்தான்.

லிவின்

வீட்டிற்கு வெளியே முன் வாசலில் நின்று ''அம்மா'' எனச் சத்தமாக அழைத்தான். தோட்டக்காரர் எங்கள் பின்னே சற்று விலகி நின்றிருந்தார். அருகே பெரிய ரக மகிழ்வுந்து ஒன்றும் ஓட்டுனரும் நின்றிருந்தார்கள். சேதுவின் அம்மா உள்ளிருந்து வெளியே வந்தார். என் கால் குளிர்ந்தது. இதயத்தில் சுத்தியலைக் கொண்டு ஓங்கி அடிக்கப்பட்டது. பயம் உடல்த்தோலை கொதிநிலைப்பட செய்தது. சேதுவின் அம்மா தாட்டிகமான உடல். பார்க்க ஒரு ஆட்சியாளரைப் பார்ப்பதாக இருந்தது. தங்க நிறத்தில் சேலை அணிந்திருந்தார். பின் கொண்டையிட்ட தலை. நெற்றியில் பொட்டு. உண்மையைச் சொன்னால் கொஞ்சம் கொடுமைக் காரியின் தோற்றம். ஆனாலும், அவர் கண்கள் சேதுவின் கண்களைப் போன்று சாந்தமானது. சலனமற்றதாக இருந்தது.

''அம்மா! இவ நந்தவள்ளி, இவளுக்கு யாருமில்ல, நாங்க கல்யாணம் பண்ணிக்க விரும்புறோம்மா''

எனச் சேது சொல்லி முடிக்கும் போது அவன் கன்னத்தில் பளார் என அறை விழும் என நினைத்தேன். சேது அம்மா நிதானமாக என்னைப் பார்த்தார். இரண்டு நிமிடங்கள் யாரும் எதுவும் பேசவில்லை. எல்லோர் மனதிலும் கேள்விகளின் பிழம்புகள் திளைத்தன. என் மனம் முழுதும் இந்தப் புதிய வாழ்க்கை மாற்றம்; நான் பெரியபுள்ள என்று சொன்னபோது இருந்த மன நிலையை ஒத்திருந்தது.

உள்ளிருந்து சேதுவின் அண்ணியும் அண்ணனும் பிள்ளைகளும் வெளியே வந்தார்கள். எந்தச் சலனமும் அவர்களும் காட்டவில்லை. சேதுவின் அண்ணன் சேதுவின் முகத்திற்கு ஒத்திருந்தார். வயதுக்கான தோற்றம்மட்டுமே மாற்றமாக இருந்தது. சேதுவின் அண்ணி சற்று வெளிறிய நிறம். ஒல்லி உடம்பு, புடவை மாம்பழ நிறத்தில் ஒற்றை மாராப்பில் அணிந்திருந்தாள். தங்கம் தேவைக்கு அணிகளாக இருந்தது. வயிறு பெரிதாக இருந்தது. கூடவே இரண்டு வயதில் பெண்பிள்ளை ஒன்று ஒட்டிக்கொண்டே வந்தது.

சேதுவைப் பார்த்ததும், ''சேது சித்தப்பா என ஓடி வந்து சேதுவின் கைகளைப் பிடித்துக்கொண்டது. எல்லோரும் என்னைத் தலை முதல் கால் வரை பார்த்தார்கள்.''

யாரும் எதுவும் பேசாமல் இருந்த சில நிமிட அமைதியில்; என்னை ஆயிரம் படைவீரர்கள் துப்பாக்கியோடும் குண்டுகளோடும் போரிடும் போர்க்களத்தின் நடுவில் நிறுத்தியிருந்தது போல இருந்தது. நான் யாரைப் பார்ப்பது என்றோ, எதைச் சொல்வது என்றோ புரியாமல் நின்றேன். என் உடைகள் வேர்வையால் உடலை ஒட்டிக்கொண்டது. ஆனாலும், மனதில் ஒரு குருட்டு தைரியம். மிஞ்சிப் போனால் வீட்டை விட்டு விரட்டுவார்களா? சேதுவை என்னிடமிருந்து பிரித்து என்னை முழு அனாதையாக்குவார்களா? இதைத் தவிர வேறு என்ன செய்துவிட முடியும்? நான் மனதளவில் ஏற்கனவே அனாதையாகத்தான் உணர்ந்தேன். ஒருவேளை சேது என்னைப் பிரிந்து போகலாம் என்கிற மன நிலை ஏரிக்கரையிலேயே வந்திருந்தது. வாழ்க்கையை அதன் கடைசிப் புள்ளிவரை சந்திப்பது என மன இறுக்கத்தில், ஒரு கோபத்தின் வெளிப்பாடாக உறுதி செய்திருந்தேன். சேதுவின் அம்மாவோ இல்லை எவரும் என் தனிப்பட்ட வாழ்க்கைக்குள் வந்துவிட முடியாது, என்னும் திடன் எனக்குள் இருந்தது. ஆனாலும், எவ்வளவுக்கு அதிகமாக நான் என்னை போர்க்களத்திற்குத் தயார் செய்கிறேனோ அவ்வளவு அதிகமாக அதுக்கு எதிர் மறையான எண்ணங்களும் வராமல் இல்லை.

சேதுவின் அம்மா, சில நிமிட மௌனத்திற்குப் பிறகு ஏதோ முடிவு செய்தவர்களாக, என்னிடம், இங்க வா! எனச் சொல்லிவிட்டு, சற்று தொலைவு தள்ளி நடந்தார்கள். நான் பிரம்மை பிடித்தவள் போல் நின்றிருந்தேன். சேது என்னைப் பின்னாலிருந்து தள்ளிப் போகச் சொல்வது போல் நகர்த்தினான். அவர் சற்று தள்ளி சென்று நின்றதும் நானும் சென்று நின்றேன். அவரை நேராகப் பார்க்க பயமாக இருந்ததால். தலையைக் குனிந்தபடி நின்றேன்.

"சேதுனா எனக்கு உயிர், அவன் கொஞ்ச நாளா சந்தோசமா, சிரிச்சு மகிழ்ச்சியா இருந்து பாக்கிறேன், அதுக்கு காரணம் இப்போதான் புரியுது. நீ யாரு என்ன என்பதெல்லாம் எனக்கு அவசியம் இல்ல. சேது உன்ன விரும்புறான், அவன் மகிழ்ச்சியா இருக்கான், அது தான் எனக்கு முக்கியம். ஒரு வேளை நாளைக்கே அவன் உன்ன வேண்டாம்னு சொன்னா..." எனச் சில நொடிகள் யோசித்துவிட்டு "உனக்கு எங்களால எந்தத் தொந்தரவும் வராது. உனக்கும் சேதுவுக்கும் எது வேண்டும்னாலும் தானாக அங்கு வந்திரும். அவன் பிறந்தபோதே அவனுக்கு பார்வை இல்ல. உனக்குத் தெரியும்னு நினைக்கேன். அவன் கூட நீ குளக்கரை வீட்டில இருந்துக்கலாம். அவன் அங்க நிறைய வரைவான். அவன் மகிழ்ச்சிக்கு எந்தக் குறைச்சலும் வராதுனு நம்புறேன்" என மிரட்டுவதைப் போலவும், பேசுவதைப் போலவும் கலந்ததாகச் சொன்னார்கள்.

நான் இருந்த பயத்தில் எனக்கு என்ன பேசுவதென்றே தெரியவில்லை. ஆனாலும் அவர்கள் முன் பயத்தை காட்டிக் கொள்ள வேண்டாம் எனத் தோன்றியது. முதலில் அவர்கள் சொத்துக்காக சேதுவை காதலிக்கிறேன் என்னும் எண்ணம் அவர்களில் வந்துவிடக் கூடாது என அதைக் களைய நினைத்தேன்.

"சேதுவுக்கு இப்படி ஒரு குடும்பம், வீடு, வசதி இருப்பதே எனக்குத் தெரியாது. நான் அவனை ஓவியனாகத்தான் பார்த்தேன், விரும்பினேன். அவனை இன்னமும் அப்படித்தான் பார்ப்பேன், விரும்புவேன்."

சேதுவின் அம்மா நான் பேசிமுடிக்கும் போதே முன் முற்றத்தை பார்த்து நடந்தார். எனக்கு எந்தப் பதிலும் தரவில்லை; முக எதிர்வினையும் தரவில்லை. நான் சில நொடிகள் நின்றுவிட்டு எது நடக்க வேண்டுமோ நடக்கட்டும் என நினைத்துக் கொண்டு சேதுவைப் பார்த்து நடந்தேன். நான் முன் முற்றத்தை அடைந்ததும் சேதுவின் அம்மா..

உதிர்வு

"மணி... வீட்டிற்கு முன் வேகமா இரண்டு வாழைமரங்கள் நாட்டு" எனக் குரல் உயர்த்திச் சொன்னார். மணி சரிமா என்று வேகமாக வேலையில் இறங்கினார். ஒரு புதுப் புடவை எடுத்து வா என சேதுவின் அண்ணியிடம் சொன்னதும் அவர் உள்ளே சென்றுவிட்டார். எல்லாமே அவர்கள் கட்டளை இட அடுத்த நொடி மறு பேச்சில்லாமல் நடந்தது.

எதுக்கு வாழைமரம்? என்ன செய்யப் போறாங்க என நான் விறைத்து நடுங்கிக்கொண்டிருந்தேன். எனக்கு சேதுவின் குடும்பத்தைப் புரிந்து கொள்ளவே இயலவில்லை. என் வாழ்க்கை அனுபவங்களுக்கு அப்பாற்பட்டு இருந்தார்கள். என் உடைக்கும் அவர்கள் உடைக்கும் கூட வித்தியாசம் இருப்பதை மனம் கவனிக்காமல் இல்லை.

சேதுவின் அண்ணி புதுப் புடவை எடுத்து வந்தார்கள். அம்மா கழுத்திலிருந்து நெஞ்சளவு நீள தங்கச் சங்கிலி ஒன்றைக் கழற்றினார்கள். புதுப் புடவையை என்னிடம் தரச் சொல்லிவிட்டு, வாசலிலேயே சேதுவிடம் தங்க சங்கிலியை என் கழுத்தில் அணிய வைத்தார்கள்.

என்ன நடந்தது என மனம் நினைப்பதற்குள், எல்லாமே நடந்தது. எனக்கு, திருமணம் இப்படி நடக்கும் என என் கனவில் கூட நினைத்ததில்லை. கோபத்திற்கும் அன்பிற்கும் நடுக்கோட்டு வாசலில் நடந்த திருமணம். சேது நடக்கப் போவதை அனுமானித்திருந்தான். அவன் இந்த நிலைகளுக்கு நன்கு பழக்கப்பட்டவன் போல எதையும் பேசாமலிருந்தான். நானும் நடப்பவற்றுடன் என்ன செய்வதென அறியாமல் மீனாக ஒழுகிக்கொண்டிருந்தேன்.

சேதுவின் அம்மா, "சேனு என்று அவன் அண்ணனை அழைத்து, சேதுவை கூட்டிட்டு பழைய வீட்டில விட்டிட்டு வேண்டியதச் செஞ்சிட்டு வா" எனச் சொல்லிவிட்டு உள்ளே சென்று விட்டார்கள். சேதுவின் அண்ணி என் அருகில் வர முதல் அடி எடுத்து வைத்ததும்,

லிவின் 81

வேணி என உள்ளிருந்து அம்மாவின் குரல் வந்தது. அவள் எதுவுமே சொல்லாமல் சென்றுவிட்டாள்.

இல்ல புரியல, என்பதாகத்தான் இருந்தது. இது என்ன கனவா என்பதுபோல உறைந்து நின்றேன். நான் அவர்களிடம் பேசவேண்டும், இல்லை அவர்கள் கோபமாக என்னைத் திட்டவோ இல்லை சத்தமிடவோ செய்யவேண்டும் என நினைத்திருந்தேன். இவை எதுவும் நடக்கவில்லை, நான் நினைத்தது போல எங்களை பிரிக்கும் விபரீதத்தையோ, என்னைத் துரத்தவோ செய்யவில்லை. நான் புரிந்துகொள்ளவே இயலாத நிலையில் நின்றேன். சேது என் கைகளைப் பிடித்துக்கொண்டான்.

"உன் அம்மா அப்படி என்றால் என் அம்மா இப்படி, எதுவும் கண்டுக்காத" எனக் காதில் சொன்னான். "அவங்க எனக்காக எதை வேண்டுமானாலும் செய்வாங்கனு தெரியும், அந்த நம்பிக்கையில தான் உன்னை நான் கூட்டிட்டு வந்தேன். இந்தத் திருமணத்தை நானும் எதிர்பாக்கல, நாம குளக்கரை வீட்டுக்கு முதல்ல போயிடலாம். மத்தத அப்புறம் பாத்துக்கலாம் என வேக வேகமாக ஏதோ இரகசியம் சொல்வதாகச் சொன்னான்.

சேதுவின் அண்ணனும் என்னிடம் எதுவும் பேசவில்லை. வாகனத்தைக் கைகாட்டி "ஏறிக்கங்க" எனப் பொதுவாகச் சொன்னார். வண்டி மைல்களைத் தாண்டிக்கொண்டிருந்தது. கேட்கவும் பேசவும் நூறு கேள்விகளும் காரியங்களும் காற்றில் மிதந்து கொண்டிருந்தன. ஆனால், பதில்கள் எந்தக் கத்தியை எடுக்கும் என எல்லா குரல்களும் ஊமையாகக் கிடந்தன. இன்னமும்கூட நடப்பவை என்ன என்பதை நம்ப இயலவில்லை. எல்லோரையும் போல திருமணக் கனவு என்னுள்ளும் இருந்தது. சேதுவோடு ஒரு சின்ன மண்டபத்தில் இன்பமாக கொஞ்ச பேருக்கு சாப்பாடிட்டு. புகைப்படமெல்லாம் எடுத்துக்கொண்டு, வெட்கத்தோடு மணமேடையில் அமர்ந்து தாலி கட்டிக்கொள்ளும் ஒரு சிறிய நிகழ்வு. இல்லை சேதுவும் நானும்

உதிர்வு

கடவுள் சன்னதியில் பிடித்த நேரத்தில் ஒரு சின்ன நிகழ்வாகக் கூட இருந்திருக்கலாம். இப்படி வாசலில் ஒரு நிகழ்வாக முடியுமென நான் நினைக்கவே இல்லை. சேது ஏன் அவன் குடும்பத்தைப் பற்றி முழுமையாகச் சொல்லாமல் மறைத்தான் என்கிற கேள்வி எனக்குள் இருந்தது. ஒரு வேளை அவன் சொல்லியிருந்தால் நானே அவனை விட்டு விலகியிருப்பேன் எனவும் நினைத்தேன். சிறிது தூரப் பயணத்தில் கேள்விகள் காணாமல் போனது. வருங்காலக் கனவுகள் நிரம்பிக் கொண்டன.

என் மனதில் எப்படியோ நினைவில் வந்த இசையில் முனங்கிக் கொண்டிருந்தேன். விபரீதமாக எதுவும் நடந்துவிடவில்லை என்கிற நிம்மதி இருந்தது. சேதுவுடனான புது இல்வாழ்க்கையை நினைத்துப் பார்த்துக்கொண்டேன். மகிழ்வுந்தின் பின் இருக்கையில் சேதுவிடம் சாய்ந்து பயணத்தின் தொலைவை அளந்தேன். சேதுவின் குடும்பத்தில் என்னை ஏற்றுக் கொண்டார்களா? இல்லையா? என எனக்கு விளங்கவில்லை. பயணம் முழுதும் சேதுவும் அவன் அண்ணனும் பேசிக் கொள்ளவே இல்லை. மனதில் அதைத் துருவங்கள் எனக் கிண்டல் செய்து கொண்டேன். திருமணமாகி இருவர் பேசிக்கொள்ளாமல் பிள்ளை பெற்றுக் கொள்ளுவதை போல் இருந்தது.

இந்த அமைதியைக் குலைக்க என்னாலும் இயலவில்லை; வந்த கேள்விகளை எச்சிலோடு விழுங்கி விட்டேன். மாலையும் மவுனமாக இரவுக்குள் கடந்திருந்தது. சன்னலோரமாக கண்களை பரவவிட்டு வாழ்க்கையின் அடுத்த பக்கங்களைத் தேடினபோது, முதல் முறை குளம் கண்ணில் பட்டது. நான் உணர மறந்த ஏதோ ஒரு உறவை எனக்கு அது தருவதாக இருந்தது. மனதைக் கொண்டு என்னை அணைத்துக் கொண்டதுபோல் இருந்தது. நிலவின் பிம்பவெளிச்சம் எனக்கு அமைதியைத் தந்தது. இந்த வெளிச்சம் எனக்கு நன்கு பரிச்சயமாக இருந்தது. நினைவுகளில் மறைந்து இருக்கும் ஒரு புள்ளி போல அது என் முன் இருந்தது.

இல்லறம்

குளக்கரையை ஒட்டி இருந்த இரண்டடுக்கு ஓட்டுவீட்டின் முன் வண்டி நின்றபோது இரவு 11 மணி. வீடு கேரள வீடுகளின் சாயலில் இருந்தது. பழைய வீடு எனினும் நன்கு பராமரித்திருந்தார்கள். வீட்டின் ஒரு புறம் குளத்தை ஒட்டி இருந்தது. கேட்டின்முன் பூட்டு போடப்பட்டிருந்தது.

சேதுவின் அண்ணா,

''நான் பட்டாளம் சாரிடம் போய் சாவி வாங்கிட்டு வாரேன்'' எனச் சொன்னார். பட்டாளம் என்றால் இராணுவம் என அறிந்து கொண்டேன். இராணுவத்தில் இருந்த யாரோ என நினைத்துக் கொண்டேன். எனக்கு குளத்தைப் பார்த்துத் தீரவில்லை. அதுவும் அதன் கரையிலேயே வீடு என்பது இன்னும் கூடுதல் மகிழ்ச்சியைத் தந்தது. குளம் என் தோழி என்பதாக புது உணர்வு உருவானதை அறிந்தேன்..

சேதுவின் அண்ணன், சிறிது தூரம் முன் நடந்து தூரமாகத் தெரிந்த இன்னொரு வீட்டைப் பார்த்து நடந்து மறைந்தார். நான் வெளிப்புறச் சுவர் அருகே நின்று வீட்டைப் பார்த்தேன். சுற்றும் தென்னையும், மா மரங்களும், பலாமரங்களும் என நிறைந்திருந்தன. உள்ளே செல்லும் முன்பே இந்த இடமும், வீடும் எனக்குள் ஒரு அமைதியைத்

தந்திருந்தன. சேது இலைகளின் மணத்தைப் பிடித்தபடி இருந்தான். அவன்மீது நிலவின் ஒளி இலை மறைவின் இடைவெளியில் விழுந்தும் விழாமலும் ஆடிக்கொண்டிருந்தது. அவன் அதை உள்வாங்கியபடி நின்றிருந்தான். அவன் உலகில், பொருளின் அமைப்புகள் அந்தந்த நேரத்தில் பிறந்து வளரும் தன்மையுடையது.

தூரத்திலிருந்து சேதுவின் அண்ணன், இன்னொரு நபருடன் திரும்பி வந்துகொண்டிருந்தார், அனேகமாகப் பட்டாளம் சாரென அவர் சொன்னவராகத்தான் இருக்க வேண்டும். பனியன் வேட்டி அணிந்திருந்தார். இடது காலில் வளைந்த உலோகத்தாலான செயற்கைக் கால் பொருத்தியிருந்தார். முகம் சிதைவுற்றிருந்தது, ஒரு பாதி தீக்காயங்கள். பார்ப்பவர்கள் சட்டெனா முகத்தைத் திருப்பிக் கொள்ளுவார்கள், என மனம் சொன்னதால், நான் என் முகத்தைத் திருப்பாமல் அவருக்குப் புன்னகை செய்தேன். தாடி இல்லை. மீசை தலைமுடிக்கு கறுப்பு வண்ணமடித்திருந்தார். கழுத்தில் நீண்ட தங்கச் செயின் தொப்பையில் இடித்துத் தொங்கிக்கிடந்தது.

''பிள்ளரு ஒண்ணும் பயக்கண்டாமென,'' மூச்சுக்குள் 'ம்' எனும் சத்தம் வரும்படி சிரித்துக்கொண்டே மலையாளம் கலந்து சொன்னார்.'' தமிழில் பேச முயற்சி செய்தார்.

''அண்ணன் காரியம் சொல்லியாச்சு, எதுணாலும் இங்க நான் இருக்குறேன்'' என மலையாளத் தமிழில் சொன்னார். கேட்டைத் திறப்பதற்குள்ளே சேதுவின் அண்ணன் வண்டியில் ஏறிப் போகும் போது சேதுவின் தோளில் மட்டும் இரண்டு தட்டு தட்டிவிட்டுச் சென்றார். அம்மாவின் கோபத்தை அவர் மதிப்பதாக எடுத்துக் கொண்டேன். உடலும் மனமும் ஓய்வைத் தேடினது. வேறெதுவும் எனக்குச் சிந்திக்க இயலவில்லை. நீண்ட பயணம், சேதுவின் வீடு, எப்படியோ நடந்த திருமணம், இந்த குளக்கரை வீடு. இனி என்ன நடக்குமெனத் தெரியவில்லை. எதுவானாலும் அதன் பாட்டிற்கு அதன் கூடவே பயணிப்பது என முடிவு செய்தேன்.

வீட்டின் கதவைத் திறந்து சாவியைத் தந்துவிட்டு. ''நிங்களு என்ன ஹெல்பும் கேளு'' என உறுதி தந்தார் பட்டாளம் சார். ''ஞான் ஆர்மி ரிட்டையர்ட், பயப்படண்டா'' என மீண்டும் எங்களுக்குப் பாதுகாப்பைத் தந்து, எல்லா வாக்கியத்தின் முடிவிலும் ம், ம் எனச் சிரித்தார்.

என்னைப் பற்றிக் கேட்டார், நான் நடனம் பயின்றிருக்கிறேன் எனச் சொன்னேன். உடனே

''ஆணோ, குட்டி நிர்த்தம் செய்யுமோ?, என்னோட பிரண்டின்ற பள்ளிலு டான்ஸ் கேட்ருக்கு; நான் சொல்றேன்''

என மீண்டும் சிரித்தார். அவர் நண்பரின் பள்ளியில் வேலை எனப் புரிந்தது. கையில் பைகள் ஏதும் இல்லாமல் இருப்பதைக் கண்டு, ''நிங்களு உள்ளே போ, நான் போயிட்டு சாப்பாடெல்லாம் வாங்கிட்டு வராம்'' எனச் சொல்லிவிட்டுக் கிளம்பினார். செயற்கைக் காலை வைத்துச் சற்று சரிந்தபடி நடந்து போனார்.

சேது வெகு நேரத்திற்குப் பிறகு, மௌனம் உடைத்தான். ''நீ கவலைப் படாத நந்துமா. இது நம்ம வீடு தான், எங்க தாத்தா காலத்து வீடு. பட்டாளம் சாரு நல்ல ஆளு, பிள்ளைகள் இல்ல, பொஞ்சாதி போன வருசம் இறந்திட்டாங்க, நான் இங்க வந்தா அவர்கிட்ட கொஞ்ச நேரம் கதை பேசுவேன். அதனால அவருக்கு என்னப் பிடிக்கும்' என பேசிக்கொண்டே வீட்டின் முற்றம் கடந்து வாசல் அடைந்தோம்.

நானும் சேதுவும் ஒரு பாதுகாப்பான சூழலில் வந்து சேர்ந்ததை நினைத்து மூச்சுவிட்டு வராந்தாவில் அமர்ந்தோம், நிலவொளி குளத்து நீரில்பட்டு மின்னி ஆடிக்கிடந்ததை சேதுவிற்குச் சொன்னேன். சேது, ''இதுவரை யாரும் இதை அவனிடம் சொன்னதில்லை'' எனச் சொன்னான். வீடு மெதுவாக மனதில் குடியேறியது. வீட்டை திறந்ததும் உள்ளே சின்ன இருப்பிடம் தாண்டி மழை நீர் வந்து வடியும் திண்ணை இருந்தது. சேது அதை ''அங்கணம்'' எனச் சொன்னான்.

அதன் பின்னே உணவிடமும் சமையலிடமுமிருந்தது. மேலே ஏற பலகைப் படி ஒன்று வலது புறமிருந்தது. மேலே ஏறினதும் விசாலமான படுக்கை அறை, உள்ளேயே கழிப்பறை வசதி செய்யப்பட்டிருந்தது. வலது பக்கவாட்டில் திண்டு வைத்த சாளரம் இருந்தது அதில் குளத்தை மற்றுமொரு கோணத்தில் பார்த்தேன். இரவு இனிமை கொள்ளத் துவங்கியது.

சில நாட்களில் நாங்கள் அரசின் பதிவேட்டின் படி திருமணத் தம்பதிகளானோம். இதுபோல் மகிழ்ச்சியான தினங்களைப் பார்த்ததில்லை. அன்பும் அமைதியும் வீட்டிலும் மனதிலும் நிறைந்திருந்தன. நாட்கள் செல்லச் செல்ல ஊரில் குடிகள்போல அறியப்பட்டோம். பட்டாளம் சார் நல்ல நண்பரானார், நிறைய உதவிகள் செய்தார். சேதுவின் ஓவியங்கள் காட்சிகளுக்கு எடுத்துக்கொள்ளப்பட்டது, நானும் பிள்ளைகளுக்கு நடனம் சொல்லிக் கொடுக்கத் துவங்கினேன். சேதுவின் வீட்டிலிருந்து இரண்டொரு முறை வந்தார்கள். வந்த இரண்டு முறையும் குழந்தைபற்றி அவன் அம்மா அவனிடம் கேட்டார்கள். நான் பேச முயற்சித்தாலும் அவர்கள் பேசுவதில்லை. அவர்கள் வீட்டு விழாக்களுக்கு என்னை அழைப்பதில்லை. சேது அவ்வபோது சென்று வருவான். அவன் திரும்ப வரும்போது மட்டும் அவனிடம் நிறைய கேள்விகள் இருக்கும். கேள்விகள் சண்டையைத் தூண்டிவிடும். ஒரு முறை அவன் அண்ணிக்குக் குழந்தை பிறந்திருக்கு என்றான். அதன் பின் அவனும் அவன் வீட்டிற்குச் செல்வதில்லை. வீடு எப்போதும் எங்களை அன்னியப் படுத்தியதை அறிந்து கொண்டிருந்தோம். எப்போதும் அவனுக்கு நானும், எனக்கும் அவனும் மட்டும்தான். நாங்கள் இங்கு குடியேறினபிறகு மரியம்மாளும், பட்டாளம் சாரும்தான் குடும்பமாக மாறினர். வருடங்கள் உறங்கி விழித்துக்கொண்டது போலக் கடந்தன.

மழை மனிதனுக்கு எவ்வளவு தான் நன்மை செய்தாலும், அதை அந்தப் பொழுதில் வேண்டாம் என்றும், இல்லை ஏதோ ஒரு

காரணத்திற்காக அதைத் திட்டாமலும் இருப்பதில்லை. பிரச்சனை எதில்தான் இல்லை. எனக்குள் இன்னும் குறைவின் துளிகள் தூரலிட்டது, நாட்கள் போக அது பேய்மழையாக மாறிக் கொண்டிருந்தது. குழந்தை இல்லை, எதனால் என்னும் கேள்வி இருவரிலும் பீடித்திருந்தது. மகிழ்ச்சி மனம் முழுதும் நிறைந்திருந்தும் கவலை சிறு புள்ளிபோல எங்கோ ஒரு மூலையில் படுத்துக் கிடக்கிறது. மனிதனுக்கு மகிழும் தந்திரம் வேண்டும். நானும் சேதுவும் குழந்தைக்காக முயற்சி செய்தோம், ஆமாம், எவ்வளவு பெரிய தவறு செய்திருக்கிறோம். அன்பு செய்யாமல் முயற்சி செய்திருக்கிறோம். மருந்துகளும் வேண்டுதல்களும் தான் ஒரு கட்டத்தில் வாழ்க்கையாக மாறிக்கொண்டது. எங்கள் தாம்பத்தியத்தில் ஏதோ தெரியாத ஒரு இரகசிய அறைக்குள் நாங்கள் நுழையவில்லை என்று மனம் அடிக்கடி சொல்லிக் கொண்டது. யாரிடமும் கேட்க மனம் விரும்பவில்லை. எல்லாம் தெரிந்த தோழி ஒருத்தி வேண்டும் என மனம் அறிந்திருந்தது. இங்கு யாரைத் தேடுவேன்?

சேதுவின் அருகாமை இல்லாதபோது என் முழு நேரத் தோழி என் குளம் தான். ஆமாம், என் குளம் தான். எனக்காக ஊற்றுக்கண்கள் திறந்து நிறைந்து பருவமெய்தி அழகில் நிறைந்து நிற்கும் மங்கையவள். என் மனதின் சிரிப்பும், கசப்பும், தனிமையும் அவளே அறிவாள். அவள் ஆம் என்பதும் இல்லை என்பதும் எனக்குத் தெரியும். அவள் மீன்களோடு விளையாடுவதும், சில நேரம் கோபம்கொண்டு அசையாமல் கிடப்பதும் எனக்குத் தெரியும்.

வெளியே குளித்துப் பழக்கமில்லாத எனக்கு, மீன் விற்கும் அக்கா மரியம்மாள் குளிப்பதை பார்க்க ஆசையாகத் தோன்றும். என் தோழியிடம் இவள் எப்படி உறவாடுகிறாளென மனம் பிடைத்து பொறாமை கொள்ளும். ஒரு நாள் மரியம்மாளிடம் இப்படி வெளியே பாவாடையைக் கட்டிக்கொண்டு குளிக்க உங்களுக்குக் கூச்சமாக இல்லையா எனக் கேட்டேன். அதற்கு அவள் சிரித்தாள், எந்தப்

உதிர்வு 88

பதிலும் அவள் தரவில்லை. ''பிள்ளே ஒருமுறை நீ குளிச்சுப்பாரு'' என மட்டும் சொன்னாள்.

ஒரு முழு நிலா இரவில் எப்படியோ சேதுவை நச்சரித்து, குளக்கரைக்கு அழைத்துச் சென்றேன், இருவர் கால்களையும் குளத்தில் ஆடவிட்டு கல் திண்டில் அமர்ந்தோம். மீன்களில் சில கால்களைக் கொத்த வந்ததும் கால்களை எடுத்துக் கொண்டேன். அவளுக்குப் புரிந்தது. நிச்சயமாக அவள் மீன்களிடம் ஏதோ சொல்லியிருக்க வேண்டும். என் கால்கள் அவளில் படுவதை அவளும் விரும்பியிருக்க வேண்டும், மீன்கள் என்னைச் சுற்றி வந்ததே தவிர என்னைக் கடிக்கவில்லை. சேதுவை மட்டும் கடித்தன. சேது கால்களை மேலெடுத்து அமர்ந்தான்.

நிலா வெளிச்சம் அவளை இன்னும் புதுமணப் பெண்போல மாற்றியிருந்தது. எனக்கு நீராட வேண்டுமென மனமெல்லாம் ஆசை நிரம்பி ஒவ்வொரு ரோமங்களிலும் சிலிர்த்துக் கொண்டது. எனக்குள் இருந்த குழந்தையை அவள் அழைத்துக் கொண்டே இருந்தாள். சுற்றும் பார்த்தேன். எந்தக் கண்களும் என்னைக் காணப்போவ தில்லையென உறுதி செய்தேன், சேதுவின் கண்கள் கூட. ஆனால், அவன் பார்த்திருக்கலாம் என சில நேரம் எண்ணிக்கொள்வேன்.

மெதுவாக என் உள்பாவடையின் நாடாவைக் கழற்றி நைட்டிக்குள் நுளைத்து மார்புக்கு மேலாகக் கட்டிக்கொண்டேன். என் மனதில் இதற்கான திட்டம் முன்பே இருந்திருக்க வேண்டும். என்னை அறியாமலே ஆயத்தமாக வந்திருந்தேன். நைட்டியை தலைவழி கழற்றி கீழே இட்டுவிட்டு படித்துறை வழி இறங்கத் தயாரானேன். என் உடலில் ஒட்டிக் கொண்டிருந்த அந்தப் பாவாடையும் எனக்கு அசவுகரியத்தைத் தந்தது. இயற்கையோடு இயற்கையாக எனக்கு அவளிடம் நிர்வாணமாகச் செல்ல வேண்டுமென இருந்தது. மரியம்மாள் ஏன் அந்தி சாய்ந்து குளம் இறங்குகிறாள் எனும்

இரகசியம் தெரிந்தது. என் அந்தரங்கங்கள் எல்லாம் அறிந்த உயிர்த் தோழிபோல, கவனமாக என்னை அழைத்தாள். நான் மோக நிலையான ஒரு மயக்கத்தில் அவள் கைகளுக்குள் பிணைந்தேன். அவள் அணைப்பு அனலும் குளிருமாக இருந்தது. நான் தனியாக இல்லை. பிறப்பிலிருந்து என்னோடு வளர்ந்த என் தோழிபோல அவள், உடலை மிதக்கச் செய்து நீந்தச் செய்கிறாள். என் வெட்கத்தை எல்லாம் கலைத்து நீராடினேன். அன்று முதல் என் குளியல் என்பது வெறும் தண்ணீர் கழுவுதல் இல்லை.

மனம் லேசுபட்டது, கருவுறுதலுக்கான சிகிச்சைகள், மாத்திரைகள் எல்லாம் மனதிலிருந்து அவள் மாய்த்திருந்தாள். காதலின் சுகத்தை எனக்கு மீண்டும் உடலில் ஈரத்தின் குளிரால் நிரப்பினாள், மோகம் என்னில் இரவின் பேய்போல் பிடித்துக் கொண்டது. அங்கேயே அவளின் ஈர அணைப்பிலே சேதுவோடு உறவுகொண்டால் என்ன? என மனமும் உடலும் கேட்டது. நிலவே உன் விழித்தல் போதும் மறைந்துவிடு. இரவே இன்னும் அடர்த்திக்கொள், இன்று தான் முதலிரவு என்பது போல நான் காதலால் காமத்தின் முழுநிறைவை அடைய விரும்புகிறேன்.

ஈரம் உடலில் ஒட்டி, ஓடிவிட வேண்டாம் என்பது போல வடிந்தது. நீரில் மிதந்தாடிக் கொண்டிருந்த பாவாடை இப்போது குளிருக்கு உடலை ஒட்டிக் கொண்டது, குளத்தின் படித்துரை வீட்டின் பக்கவாட்டிலேயே இருந்தது, கூடவே மரங்களின் நல்ல மறைவும். மாமரம் ஒன்று வளைந்து கூரைபோல பொதிந்திருந்தது. மெதுவாகக் கரை ஏறிச் சேதுவின் கைகளைப் பிடித்துக் குளத்திற்குள் அழைத்து வந்தேன். என்ன செய்கிறேன் என அவனும் புரிந்து கொண்டிருந்தான். நானே அவன் ஆடைகளைக் களைந்து அம்மணப்படுத்தினேன். அவன் குளிரால் நடுக்கம் கொண்டான். அவன் கைகளைப் பிடித்து என் மார்பில் வைத்து என்னை இங்கேயே புணர்ந்துகொள் என்பதை மௌனத்தில் கடத்தினேன். என் உடலில் மீதமொட்டியிருந்த வெட்கமும் பாவாடையையோடு அவிழ்ந்தது, சேதுவின் கைகள்

உதிர்வு 90

என்மீது பரவின. கண்களை மூடி அவன் உலகிற்குக் கடந்தேன். குளத்தின் நீர் அதிகமாகி இருவரையும் கழுத்தளவு நீரில் மறைத்திருந்தது. மார்பின் காம்புகள் விரைத்தன, சேது பசிக்கும் குழந்தையானான்; இதுவரை எட்டப்படாத காமத்தின் ஆழத்தைக் கடந்தோம். எப்போதும் என்னுள் இருக்கும் கூச்சம் இன்றில்லை, நான் என் மனதை இறுக்குவதுபோல உடலையும் உறவின்போது இறுக்கிக் கொள்வேன். இன்று என்னில் அந்தப் பயம் இல்லை; என் பெண் உறுப்பு கிழிந்துவிடும் என நான் நினைத்ததெல்லாம் பொய்யானது, முழுவதும் காமத்தின் சுகம், ரோமங்கள் சிலிர்த்துப் புடைத்தன. முகம் மட்டும் வெளியே தெரிய படித்துறையில் படுத்திருந்தேன். சேது என்மீது குளம்போல எங்கும் வியாபித்துப் புணர்ந்தான்.

அந்த மாதமும் மாதவிடாய் நாட்கள் தள்ளிப்போனது, இந்த முறை தலைசுற்றலும், மூச்சுத் திணறலுமிருந்தன. நான் கருவுற்றிருக்கிறேன் என்பதை அறிந்திருக்கவில்லை. எப்போதும் போல இந்த முறையும் கடமைக்காகவே பரிசோதனை அட்டையை வாங்கிக் கொண்டேன். அதில் இரண்டு சொட்டு சிறுநீரை ஊற்றிக் குளத்தைப் பார்த்தபடி அன்று மேலறை சாளரத் திட்டில் அமர்ந்திருந்தேன்.

இரவு

மருத்துவமனையிலிருந்து சத்தியன் மருத்துவரின் பரிசோதனைகள் முடிந்து ஆட்டோவில் வீடு வந்து சேரும்போது இரவு அடர்த்தியாகிக் கொண்டிருந்தது. வாழ்க்கை, படகிலிருந்து இருவரையும் வெகுதூரம் அழைத்து வந்திருந்தது. இருவரும் எதுவும் பேசாமலே முற்றம் கடந்து, நடு அறையின் படி ஏறி, மேல் தட்டு அறைக்கு வந்தடைந்தோம். எனக்குப் பேசக் கூட முடியாதபடி உடலில் எந்த இடம் இன்னும் மீதமிருக்கும் எனத் தேடித் தேடி வலியைக் கடத்திக் கொண்டிருந்தது. என் முதுகெலும்பும், கால் பாதங்களும் உள்ளும் புறமுமாக வலியின் வேர் பின்னலாகப் பிடித்திருந்தது. இரவு உணவு என்பது எனக்கானதாக இல்லாமல் வயிற்றில் இருக்கும் பிள்ளைக்கு மருந்தாக எடுத்துக் கொள்ள வேண்டியிருந்தது. மனம் தண்ணீரைத்தான் தேடியது. அறை எப்போதும் போலச் சுகமான அனுபவமாக இன்று இல்லை. மருத்துவரின் பரிசோதனைகள், வார்த்தைகள் என்று என் அறை முழுதும் திரைபோல ஓடிக் கொண்டிருந்தது. சேது குளியலறையில் சுடு நீருக்காகத் தண்ணீர் திறந்து தயார் செய்து கொண்டிருந்தான். எனக்கு எப்போதும் சிறு ஆறுதல் தரும் அந்தச் சாளரத்திட்டில் அமர்ந்து கொண்டேன். வெளியே குளம் என்னைப் போலவே சோகமடைந்து தழும்பிக் கொண்டிருந்தது. அதைப் பார்க்க மனம் இல்லாமல்

சாளரத்தை அடைத்து விட்டேன். சேது என் அருகில் வந்து அமர்ந்தான், இப்போதும் அவன் எதுவும் பேசவில்லை. அவன் அப்படித்தான். நான் ஏதாவது கேட்டால் பதில் தருவானே தவிர, அவனாக எந்த உரையாடலையும் தொடங்கமாட்டான். என் கைகளைத் தொட்டான். அதுவே அவன் சொல்லவரும் அத்தனை வரிகளுக்கான வார்த்தைகள் அடங்கிய தொடுதல்.

இந்த இரவு விடிந்து மீண்டும் நாளை மருத்துவமனைக்குப் பரிசோதனைகளுக்கான முடிவுகளை வாங்கச் செல்ல வேண்டும். என்ன சொல்வார்கள், ஒரு வேளை புற்றுநோய் உறுதி செய்யப்பட்டால், என் பிள்ளை என்னவாகும்?, மனம் முழுதும் இந்தக் கேள்வியை திரும்பத் திரும்ப கேட்டுக் கொண்டே இருந்தேன். இதுக்காகத்தானா இத்தனை நாட்கள் காத்திருந்து கருத்தரித்தேன். நான் பிறந்தது மொத்தமும் இந்தக் கடினங்களை அனுபவிக்கத்தானா? என் வாழ்க்கையில் நிம்மதி என்பது அந்த வார்த்தை அளவிலாவது இருந்திருந்தால் நலமாக இருந்திருக்கும்.

ஆட்டோவில் இருந்த கேள்விகளின் மௌனத்தை உடைத்தேன் "சேது! ஒருவேளை நாளை எனக்குப் புற்றுநோய் எனத் தெரிந்தால் என்ன செய்ய?" என் உயிர் மூச்சு நின்றுவிடும் அளவிற்கு பயம்கொண்டு கேட்டேன்.

அவன் "நீ என்ன செய்ய முடியும்? என நினைக்கிறாய்" எனக்கேட்டான்.

உண்மைதான். நான் என்ன செய்ய முடியும்? மருத்துவர்கள் சொல்லப் போகும் சிகிச்சைகளை எடுத்துக் கொள்வதே என்னால் முடிந்தது என்பதை சேது ஒரே கேள்வியால் அறியச் செய்ய முயற்சிக்கிறான். ஆனால் மனம் கேட்டது அதுவல்லவே, என்ன நடக்கும் என்பதுதான்.

"எதுவும் இருக்காது" என எனக்காகப் பொய் சொன்னான்.

லிவின்

நான் எனக்குள் கோபம் கொண்டு அவன் கைகளைத் தட்டிவிட்டு வேகமாக எழுந்து குளியலறைக்குச் சென்றேன். வேகமாக ஆடைகளைக் கழற்றிவிட்டு குளியலறைக் கண்ணாடியில் என்னைப் பார்த்துக் கொண்டேன். இந்தக் கண்ணாடிமுன் எத்தனை நாள், எத்தனை முறை நின்றிருப்பேன். ஒரு நாளும் என்னை நான் இதில் பார்த்துக்கொண்டதே இல்லை. அலங்காரங்களையும், ஆடையையும், மட்டுமே பார்த்திருக்கிறேன். அதற்குள்ளாக உடல் என்னும் நான் இருப்பதை நினைத்துக்கூடப் பார்த்ததில்லை.

உடல், அது என்னில் எப்போது வளர்ந்தது?

அப்பா, அன்று வசந்தி அக்காமூலம் புதுத்துணி வாங்கித் தந்த இரவை நினைத்துக் கொண்டேன். அன்று அம்மாவின் அறையில், இதோ இப்போது நிற்பது போலவே, நின்றிருந்தேன். என் கண்ணாடியில் ஒரு சின்ன பெண் பிஞ்சு உடம்புடன் நின்றிருப்பதைக் கண்டேன்.

இப்போது என் கண்முன்னே இருக்கும் இந்தச் சின்னப் பெண்ணின் பிம்பத்தைத்தான் அன்று பெரியபெண் என்றார்கள். கண்ணாடியில் நினைவின் பிம்பம் மறைந்து நிசம் நீர்த் துளி விழுந்த சிற்றலைபோலப் படர்ந்தது. என் பிம்பம் இப்போது இன்றின் வாசனையோடு தெளிவடைந்தது.

என் மார்பகங்களைப் பிடித்து, புற்று நோய் பாதித்த பகுதிகளைப் பார்க்க முயன்றேன், அந்தப் பகுதியில் சிவப்பையும், தோல் வெளிறி காய்ந்து போய் இருப்பதையும், வீங்கி இருந்த கட்டியையும் கண்ணாடியில் பார்த்தபோது, என் இதயத் துடிப்பு, சக்கரங்களில் நசுங்கும் கல்போலத் துருவலாக மாறிக் கொண்டிருந்தது. வெளியே மழை பேர் இரைச்சலோடு வேகமெடுத்திருந்தது. மார்பு என்னும் இந்தச் சதைப் பிண்டம் ஏன் இருக்கிறது? என மனம் கசந்தது.

வயிற்றைத் தடவிக்கொண்டே சொன்னேன். ‘‘பெண்ணாக மட்டும் பிறந்திடாத என் செல்வமே’’

என்று சொல்லும்போதே அழுகை பீறிட்டது. மனம் இதுவரை என் கடினங்களில் வலித்ததைவிட இன்று அதிகமாக வலித்தது. வாழ்க்கை முழுதும் அன்பையே தராமல் இருந்து விட்டு, ஒரு நாள் மொத்தமாக அளவில்லாதபடி அன்பைத் தந்து திணறடித்து திடீரென்று அத்தனையும் ஒரே கணத்தில் எடுத்துக்கொண்டு வெறுமையை மட்டும் தந்தால் மனம் எப்படி வலிக்குமோ அப்படி வலித்தது. மனதின் வலியின் அசைவுகளைக் கண்கள் எப்படி அறிந்து கொள்கிறதோ? கண்கள் நீர் வடித்து அழுகை பீரிட்டதும், என் இரு கைகளால் வாயை மூடிக்கொண்டேன், என் வயிறு உள் அமுங்கி, தொண்டை நரம்புகள் புடைத்து இழுபடும்படி சத்தம் வெளி வராமல் அழுதேன். சேது கேட்டுவிட வேண்டாம் என்றல்ல; என் தவறின் குற்றவுணர்வின் சத்தத்தை இந்த உலகம் கேட்க வேண்டாமென வைராக்கியம் கொண்டேன்.

ஒருவேளை நான் சீக்கிரம் இதை மருத்துவரிடம் காட்டியிருக்கலாம், இல்லை அரசு நடத்திய, மார்புக்கான கதிர் சோதனை முகாமின் போதுகூட நான் கண்டுகொள்ளவில்லை. இது முழுக்க முழுக்க என் தவறுதான். ஒன்றுமிருக்காது என்ற அலட்சியம் என்னை இந்தப் பின் திரும்பா நிலைக்கு நிறுத்தியிருக்கிறது. நான் செய்த தவறுக்கு பாவம் இந்தச் சிசு என்ன செய்யும்?

''இந்தப் பாவியிடம் வந்து கருவாகியிருக்கியே அய்யோ! என் தங்கமே.. இது உன்னைப் பாதிக்குமேயானால் நான் என்ன செய்வேன்?''

பதில் என்னிடமில்லை.

என் அழுகையினாலோ என்னவோ என் அடிவயிறு பிழிவதுபோல வலித்தது. திடீரென்று மூச்சு உள்வாங்கிக் கொண்டது. மெதுவாய்த் துவங்கி திடீரென்று என் இடது மார்பில் நரம்புகளைப் பிழிவது போன்று வலி. அடுத்த நொடியே அது மின்சாரம் ஊடுருவிப்

பரவுவதுபோல பல மடங்காகப் பெருகி, உடல் முழுதும் பரவியது. உறைந்த பனிக்கூழைப் பிடித்திருக்கும்போது கைகள் இரத்தம் உறைந்து வலிகொள்வதுபோல பல மடங்கு இறுக்கத்தில் சதைகளை இறுக்கிக்கொண்டது, மார்பில் துவங்கி உடல் முழுதும் உறைந்து, பனிக்காலக் குளிரில் நீர் உறைவது போலக் குளிர் என்னை ஊடுருவி நிரப்பிக் கொண்டது.

நான் மூச்சிரைத்தபடி கண்ணாடிமுன் நின்றிருந்தேன், வலி என் நரம்புகளைக் கயிற்றை முறுக்கிப் பின்னுவதுபோலப் பிழிந்துகொண்டிருந்தது. கண்கள் இருட்டி சுய நினைவு சிறிது சிறிதாக அகாலத்தில் இடப்பட்ட தூண்டிலில் சிக்கப்போகும் மீனைப்போல இரை கொத்திக் கொண்டிருந்து. சுய நினைவு என் வியர்வையில் கலந்து வெளியேறிக்கொண்டிருப்பதை உணர்ந்தேன். முகத்தில் துவங்கி உடல் முழுவதும் வியர்வை, புல்லில் பனி வடிந்து சொட்டுவதுபோலச் சொட்டி, கால் பாதங்கள் ஈரத்தால் பிசுபிசுத்தது. நின்றிருந்தபடியே வலியை எனக்குள் அடக்கிக் கொள்ள முயற்சித்தேன். வேகமாக முன்னிருந்த கைகழுவும் கோப்பை குழாயிலிருந்து நீரை திறந்து முகத்தில் பீச்சி அடித்துக் கொண்டேன். எதுவும் பலனளிக்கவில்லை.

கால்கள் நடுக்கம் கொள்ள திராணியை இழந்துகொண்டிருந்தது. எலும்புகள் தசையின் பிடிப்பிலிருந்து பிய்ந்து போக முயற்சிப்பதாகப்பட்டது. அடுத்த கணம் சட்டென வலி இல்லாதது போலானது. எதனால் இப்படி?, உடல் நடுக்கம் மட்டும் மீதமிருந்தது. சேதுவிடம் சென்றுவிட வேண்டும் என மனம் முடிவு செய்து அவனை அழைக்க முயற்சித்தபோது நா எழவில்லை.

சோப்பு வாசனையும், ஈரப்பதத்தின் வாசனையும் அறைமுழுதும் நிரம்பி இருப்பதை என்னால் உணரமுடிந்தது. அறையின் விளக்கு மங்கலாகப் புகை மூட்டம் போலத் தெரிந்தது. என் காதுகளுக்குள் பீப் ஒலி கேட்டது. அரை மயக்கத்தில் என் காலை அசைத்து, சலங்கையை

உதிர்வு 96

ஓசை செய்து பார்த்தேன். அதன் மணிகளின் ஒலி, நிசப்தமான அறையில் கீழே வீசபட்ட மணிகளின் ஒலியாக என் காதுகளுக்குள் சென்று, மனதில் எதிரொலியோடு மிகுந்த சத்தமாய்க் கேட்டன.

நினைவிழந்து போவதற்கு முன் எப்படியாவது சேதுவை அழைத்துவிட வேண்டும் என்று முழு முயற்சியாக

''சேதூ...''

எனக் கத்தினேன், ஒலி எதிரொலி போலத் திரும்ப வந்தது. அறையின் பிம்பம் மேனியின் வேர்வைத் துளிகளில், என் மன அங்கலாய்ப்பு போலக் குவிந்து தெரிந்துகொண்டிருந்தது. ஒவ்வொரு துளிகளிலும் அறையின் விளக்கு மின்னிக் கொண்டிருந்தது. வலி சட்டென்று நின்று மீண்டும் சுய நிலைக்கு வந்தேன். ஆடையை வாரிச் சுருட்டி மார்போடு பிடித்துக்கொண்டு வெளிவந்தபோது சேது அறையில் இல்லை. அவன் நிச்சயமாகக் கீழே சென்றிருக்க வேண்டும்.

அருகில் கிடந்த நாற்காலியில் அமர்ந்தேன். என் காதுகளில், ஏதேதோ மனிதர்களின் வசவுக் குரல் கேட்டது. நினைவுகளும் எண்ணங்களும் காட்சியும் ஒலியும் சிதறல்களாக என் முன் மின்னி மறைந்தன. வெளியே இருள் வெளிச்சத்தை முழுவதுமாகத் தின்றிருந்தது. யாரோ பலகைப் படி ஏறி வரும் சத்தம், என் நினைவுகளுக்குள் ஏறி வருவது போல் கேட்டது. அந்தச் சத்தம் நின்றதும். கண்கள் பாதி அடைத்திருந்தது. அறையின் விளக்கு மங்கலாக மாறி ஒளி நூறு கீற்றுகள் போல மஞ்சள் நிறத்தில் கோடுகளாகத் தெரிந்தது. ஒரு கணம் பேரமைதி, எதுவும் அருகில் இல்லை, தன்னீர் நிரம்பியிருந்த ஒரு குளத்தில் இடுப்பளவு நீரில் நின்றிருந்தேன். யாரோ என் கைகளைத் தொட்டார்கள், அதில் ஐவி ஊசி பொருத்தப்பட்டிருந்தது. அதன் மறுமுனை குளத்து நீருக்குள்ளிருந்தது.

அறிதல்

ஒரு பானை நிறைய தண்ணீர் நிரப்பபட்டு அதை என் இடையில் தூக்கிக்கொண்டு, நிறைமாதமாக வெகுநேரம் ஒரு மரத்தடியில் நின்றிருந்தேன். நான் எங்கும் நகர்ந்துவிடாதபடி என் கால்களை அந்த மரத்தின் வேர்கள் பின்னிப் பிடித்து சுற்றிக் கொண்டிருந்தன. மரம் நிறைய பாம்புகள் தொங்கியபடி, ஊர்ந்தபடி நாக்கை வெளியே துருத்திக் கொண்டு என்னைப் பார்த்தபடி இருந்தன, என்னுள் பயம் உடல் முழுதும் நடுக்கத்தை உண்டு செய்தது. ஒரு நொடி மறைவில் மேலிருந்து ஒரு பாம்பு சறுக்கி என் தோளில் விழுந்ததும், என் கை நழுவி, பானை தரையில் விழுந்து உடைந்து, தண்ணீர் சிதறி வேர்களில் பெருக்கெடுத்தது. வேர்கள் என் காலை விடுத்து தண்ணீரைப் பருக நகர்ந்தபோது. பாய்ந்தொழுகியத் தண்ணீர் இரத்த நிறமாகப் படர்ந்தது, அதன் வாடை வீச்சில் பாம்புகள் கலையத் தொடங்கின. நான் என்ன செய்வது எனத் தெரியாமல் நின்றிருந்தபோது, இரத்தவாடை பினாயிலோடு கலந்து, மாறி காற்றில் கலந்து என் மேனியில் ஒட்டிப் பிடித்திருப்பதை உணர முடிந்தது.

நான் நின்றிருக்கவில்லை; எங்கோ படுத்திருக்கிறேன். மெல்ல எனக்குச் சுய நினைவு வந்திருக்க வேண்டும், சிலர் பேசும் சத்தத்தில் வந்த வார்த்தைகளை ஒன்று சேர்த்து தொடராக்கி அர்த்தம் கொள்ள மூளை முயற்சித்தது. கண் திறக்க முயற்சித்தபோது உறைந்த கண்ணீர், இமைகளை இறுக்கப் பிடித்துக் கொண்டிருந்தது, அதைக் கிழித்துத்

திறக்க முயற்சித்தேன், மருத்துவமனை அறைதான். அறை மங்கலாக இருந்தது. நேற்று நான் வீட்டு அறையில் மயங்கி விழுந்திருக்க வேண்டும்; சேதுதான் இங்குச் சேர்த்திருக்க வேண்டும் என என்னால் அனுமானிக்க முடிந்தது. ''சேது'' என முனங்கும் குரலில் அவனைக் கூப்பிட்டுப் பார்த்தேன். என் அருகில் தான் தலை சாய்த்தபடி அமர்ந்து தூங்கியிருக்கிறான். சட்டென்று என்னைத் தடவி,

''ஒண்ணுமில்ல'' என்றான்.

எனக்குள் மீண்டும் அந்தக் கனவின் வீச்சு நினைவில் வந்ததும், என் ரோமங்களில் குளிர் பாய்ந்து விரைத்தது, ஒருவேளை எனக்கு கரு கலைந்துவிட்டதோ? என்ற சிந்தனை பழங்களில் புழுபோல ஊடுருவிக்கொண்டது. வயிற்றைத் தொட்டு தடவிப் பார்த்தேன்.

''சேது நம்ம குழந்தைக்கு ஒண்ணுமாகல தானே'' என, பதைபதைத்தக் குரலில் கத்தினேன்; சேது என் கன்னங்களைத் தடவி

''ஒண்ணுமாகல, நேத்து உனக்கு இரத்தஅழுத்தம் அதிகமாகி மயக்கமாயிட்ட என மருத்துவர் சொன்னாங்க: அவ்வளவுதான் பயப்படாத. நம்ம குழந்தைக்கு ஒண்ணுமாகல.''

பெருமூச்சுவிட்டு என் உடலில் தசைகளைத் தளர்த்தினேன், செவிலியர் ஒருவர் அருகே வந்து என் கைகளில் மாட்டியிருந்த ஐவி ஊசி வழி சொட்டு சொட்டாக ஏறிக்கொண்டிருந்த மருந்தின் அளவைப் பார்த்துவிட்டு,

''என்ன மேடம், உடம்பச் சரியாப் பாத்துக்க வேண்டாமா?'' நல்ல வேளையா ஒண்ணுமாகல, கொஞ்சம் சோர்வா இருக்கும்; இந்த ஐவி முடிஞ்சதும் நீங்க கிளம்பலாம். மாதுளைப் பழச்சாறு குடிங்க, நெறைய தண்ணி எடுத்துக்கங்க; மருத்துவர் வெண்பா இன்னும் கொஞ்ச நேரத்துல வந்திடுவாங்க

என என் மனதின் கேள்விகளை அறிந்திருந்தவர் போல அவர்களாகவே பதில் சொன்னார்கள். நான் எதுவும் பதில் சொல்லாமல், மருத்துவர் வந்து பரிசோதனை முடிவுகளில் என்ன

சொல்லப் போகிறார்களோ? எனும் கேள்விக்குறியின் புள்ளிக்குள் நின்றுவிட்டேன்.

சேது என் அருகாமையை விட்டு எங்கும் விலகவில்லை. சிறிது நேரத்தில் எழுந்து நடந்து உடல் சீரானேன். ''எப்படி மருத்துவமனை வந்தோம்'' எனக் கேட்டேன்? ''பட்டாளம் சார் உதவுனார். இப்போதான் அவர் வீட்டுக்குப் போனார்''. என்றான் மனம் இன்னும் அங்கலாய்த்து அடித்துக் கொண்டிருந்தது. ஒரு போரின் ஏதோ ஒரு ஓரத்தில் விருப்பமே இல்லாமல் சண்டையிட வந்து நிற்கும் கோழையான ஒரு படை வீரனின் மனம்போல என் மனம் இறுகி அடித்துக் கொண்டது, கால்களில் பாம்புபோல் ஏதோ ஊர்ந்து செல்வதாக இருந்தது. ஐவி ஊசியை மட்டும் அப்படியே விட்டு விட்டு, நாங்கள் மருத்துவர் அறைக்கு அழைத்துச் சென்று வெளியே காத்திருப்பவர்களுடன் அமரவைக்கப்பட்டோம்.

இது மருத்துவர் வெண்பாவின் அறை இல்லை. புற்று நோய்க்கான வாசகங்கள் ஒட்டப்பட்டிருந்தன. ஒருவேளை இது மருத்துவர் சத்தியன் அறையாக இருக்குமோ என எண்ணிக்கொண்டே கதவின் அருகில் இருந்த பெயர் பலகையைப் பார்த்தபோது உறுதியானது. காத்திருப்பு நாற்காலிகள் போடப்பட்ட இடத்தில் இருந்த மனிதர்களில் பெரும்பான்மையாகப் பெண்களே இருந்தனர், அதில் அதிக பேர் தொப்பியையோ, அல்லது சேலையைக் கொண்டோ தலையை மூடி இருந்தார்கள், ஒன்றிரண்டு பெண்கள் இந்திராகாந்தி போல முடி வைத்திருந்தார்கள். சிலர் நைட்டி அணிந்திருந்தனர், சிலருக்கு முடி நன்றாக உதிர்ந்து தலை வழுக்கை பாதியாக இருந்தது, மிகச் சோர்வாக இருந்தார்கள். மனதின் வறட்சியை முகம் பிரதிபலித்தது. நடுத்தர வயதில் அதிகமான பெண்கள் அமர்ந்திருந்தார்கள்.

எல்லாப் பெண்கள் கூடவும் யாரோ ஒருத்தர் நின்றிருந்தார். பெரும்பாலும் கணவர்கள். சிலரோடு பிள்ளைகளும் வந்திருந்தார்கள். என்னோடு சேது நின்றிருந்தான். இந்தக் காட்சிகள் எனக்கு, என் வரும் நாட்களைக் கண்முன் நிறுத்துவது போல இருந்தன.

புற்றுநோய் எனக்கு இருக்கிறது என்பதை மனம் நம்ப மறுத்தது. ஏன் என்னை இங்கே அழைத்து வந்திருக்கிறார்கள்? என்னை மருத்துவர் வெண்பாதானே பார்த்துக் கொள்வார். எனக்கு இந்த அறைக்குள் போக வேண்டாம். சேது எப்படியாச்சும் என்னை ஒரு வருடத்திற்கு முன்பான தேதிக்குள் அழைத்துச் சென்று விடு. அன்று அந்தக் கலவியின் இரவில் என் மார்புகளை பற்றி முதல் முறை நீ எனக்குச் சொன்ன நாளுக்கு அழைத்துச்செல். விடிந்ததும் மருத்துவமனைக்கு வந்துவிடலாம். இத்தனை நாட்களை நான் வீணடித்து எனக்கு நானே என நான் எண்ணங்களில் புதைந்தபோது,

யாரோ என்னை ''நந்தவள்ளி'' என்று அழைத்தார்கள். செவிலியரின் அழைப்பு அது. அதற்குள் ஒரு மணி நேர காத்திருப்பு எப்படி நிகழ்ந்தது என அறியவில்லை. எண்ணங்கள் என்னை இந்த அறையில் பொருத்தியிருக்கவில்லை. நானும் சேதுவும் மருத்துவர் அறை நோக்கி நடந்தோம். அறை வாசல் எனக்கு முன்பாகத் திறக்கப்பட்டது. இருதயம் துடிப்பதை மெதுவாக்கிக்கொண்டது. இரண்டு மூன்று நொடிகளுக்கு ஒரு முறை துடிப்பதைப் போல இருந்தது அதன் சத்தம். என் காதுகளில் மிகத்துல்லியமாகக் கேட்டுணரமுடிந்தது. அறை தீப்பிழம்பின் சுவர்களுக்குள் என்னை வரவேற்றது போல் இருந்தது. மருத்துவர் அறைக்குள் நுழைந்ததும் கதவு அடைபட்டது. மருத்துவர் சத்தியன் நாற்காலியில் அமரச் சொன்னார். அறையில் சுற்றி ஒட்டப்பட்டிருந்த தட்டிகளைப் படித்தபடி அமர்ந்தேன். மனதினுள் வாழ்க்கையின் வேர்களை யாரோ ஒன்றொன்றாகப் பிடிங்கி எறிந்து, சுவாசமிட முடியாதபடி பட்டுப்போகும் மரம்போல உணர்ந்தேன். அருகில் இருந்த சேதுவின் தோள்களில் சாய வேண்டும் போல இருந்தது. காலத்தை இப்போதே நிறுத்திவிட்டு அப்படியே இருந்துவிட்டால் என்ன? என்று யோசித்தேன். இந்த மருத்துவர் கூறும் வார்த்தைகள் ஒறுமுறை வந்துவிட்டால் மறுபடி அதை அழித்து எழுத முடியாது. குழப்பத்தின் சுழல் என்னைச் சுற்றிக் கொண்டது. அவர் சொல்லப்போகும்

லிவின்

சொற்களைக் கேட்காமல் இருக்க என்ன செய்வது என நினைத்துக் கொண்டேன். உதடுகள் விரிசல் விட்டு வலி தெரிந்தது. நெருப்பின் புதைகுழியில் தள்ள என்னைக் கட்டி வைத்திருப்பதாக உணர்ந்தேன்.

சேது என்ன நினைத்துக் கொண்டிருப்பான், மருத்துவர் கூறுவதை கேட்டு எப்படி எடுத்துக்கொள்வான்? அவன் மனம் உடையாமல் பார்க்க என்ன செய்ய? எனச் சிந்தித்தேன். உண்மையில் சேதுவை அல்ல என்னையே நான் சிந்தித்தேன்.

''என்னவானாலும் பார்த்துக் கொள்ளலாமென'' சேது சொன்னது நினைவில் வந்தது. நான் அதற்குத் தயாராக வேண்டும் என்று மட்டும் மனம் அறியத்துவங்கியது.

மருத்துவர் ''அதிகமா பயப்படுறீங்கனு நினைக்கிறேன், பயப்பட ஒன்னுமே இல்ல''. அதுவரை தைரியம் என்னும் போர்வையை மூடி இருந்த மனத்தீயில் எண்ணெய்ப் பீப்பாய்களை எறிந்தது போல எண்ணங்கள் வெடித்து சிதறிக்கொண்டது. பயம் தோலைச் சுட்டு சிவப்பாக்கியிருந்தது. சலனமான ஒரு வித அமைதி அறையில் பரவியிருந்தது.

புற்றுநோயியல் மருத்துவர் சத்தியன் இருவரையும் பார்த்து விட்டு, தனக்கு முன்பிருந்த தாள்களைப் புரட்டிக் கொண்டார். தாள்கள் திருப்பும் சத்தம் காதுகளின் அருகில் கேட்கும் அளவிற்கு அமைதி எங்கும் வியாபித்திருந்தது. என் கண்கள் முன் மின்னல் போலக் காட்சிகள் வந்து மறைந்தன, கேள்விகள் வந்து மறைந்தன, எல்லாம் ஒரு சுழற்காற்றைப் போல அந்த அறைக்குள் என்னைச் சுற்றுவது போலிருந்தது.

மருத்துவர்: ''இது ஒன்றும் பயப்படவேண்டிய தேவை இல்ல, கொஞ்சம் கவனமா இருக்கணும். உங்களுக்கு மூன்றாம் நிலை மார்பகப் புற்றுநோயின் பாதிப்புகள் இருக்கு நந்தவள்ளி'' என, எந்தப் பூச்சு மொழியும் இல்லாமல் சொன்னார். மருத்துவர் சொன்னதை காதுகள் கேட்டாலும் மனம் கேட்க மறுத்தது. சேது சட்டென்று என்

கைகளைப் பற்றிக் கொண்டான். என் இதயமும் வேகத்தை அதிகரித்து, இரத்தத்தின் சுழற்சியை வேகமடையச் செய்தது. எனக்குள் மருத்துவரின் குரல், மெதுவாக உள் நுழைந்து, வார்த்தைகள் ஒன்றன் பின் ஒன்றாகப் பிரிந்து மெதுவாக மூளையின் புரிதலுக்குள் வடிக்கப்பட்டு, மீண்டும் ஒரு தொடராக மாறி அர்த்தம் கொண்டதும்,

நான் என் தலையைக் குனித்துக் கொண்டேன், என் கண்களிலிருந்து கண்ணீர் வடிந்து சேதுவின் கைகளில் விழுந்தது. எனக்கு எப்படி எதிர்வினையாற்ற வேண்டும் எனத் தெரியாமல் குனிந்தபடி, ஒட்டப்பட்டிருந்த ஐவி ஊசியைத் தடவியபடி எண்ணங்களுக்குள் புதைந்தேன். அறை சுருங்கி என்னை அடைத்துக்கொண்டது. மனம் மருத்துவர் சொன்ன வரிகளைப் பொய்யாக்க நினைத்தது, நம்பிவிடாமல் இருக்க என்னென்ன காரணங்கள் இருக்குமோ அத்தனைக்குள்ளும் நொடிகளுக்குள் பயணம் செய்து வந்தது. இறுதியில் அச்சடிக்கப்பட்ட தாளைப்போல மனம் மருத்துவரின் வார்த்தைகளை ஏற்றுக்கொண்டது.

"நந்தவள்ளி..."
"................"
"சேது"
"................"
"ஆர் யூ, போத் வித் மி?"
"................"
"நான் சொல்றத கேட்கிறீங்களா?"
"................"

என, மருத்துவர் கலைந்துடைந்துகொண்டிருந்த என் எண்ண அடுக்குகளை நிறுத்தினார்கள். பார்க்குமிடமெல்லாம் மணல் பரந்து கிடக்கும் பாலைவனத்தின் நடுவே, முளைத்திருந்த ஒரு ஒற்றைக் கள்ளிச் செடியின் அருகே அமர்ந்து அர்த்தமற்று மணலை எண்ணுவது போல அமர்ந்திருந்தேன். கேள்விகளின் மணல் பரப்பு என் கண் முன் விரிந்து கிடந்தது. அதை ஒன்றொன்றாக எண்ணிக் கொண்டிருந்த

லிவின்

என்னை, அருகிலிருந்த செவிலியர் ஒருவர் தோள்களின் மேல் கைவைத்து அறைக்குள் மீண்டும் கொண்டு வந்தார்கள்.

மருத்துவர், புற்று நோய் சரியான நேரத்தில கண்டறியப் பட்டால், நிச்சயம் அதைக் குணப்படுத்திவிடலாம். "உங்களுக்கு இருக்கும் இந்தப் பாதிப்பும் சில தெரப்பிகள் மூலம் கட்டுக்குள் கொண்டு வந்து, மீண்டும் அது தாக்காதபடி சிக்கிச்சை செய்துவிடலாம்." நந்தவள்ளியை, அருகில் இருந்த திரை மறைவை கைகாட்டி,

"நந்தவள்ளி நீங்க உள்ள போய் வெயிட் பண்ணுங்க". என்றார்.

நான் எழுந்து திரைக்குள் சென்றதும். மருத்துவர் எழுந்து பின் தொடர்ந்தார். செவிலியர் என் ஆடையைக் களைய உதவி செய்தார்.

மருத்துவர், என் மார்பில் புற்று பாதிக்கப்பட்ட பகுதியைக் கண்ணாடியில் எனக்குக் காட்டி, இந்தப் பகுதியை அகற்ற வேண்டும். அதன் பரவுதலின் அளவை வைத்து மார்பகத்தை அகற்ற வேண்டியிருக்கும். கை அக்குளில் தோல் கறுத்திருந்த பகுதியையும் காட்டி இந்த லிம்ப் நோடுகளிலும் பாதிப்பு இருக்கிறது. உடனே சிகிச்சை ஆரம்பிப்பது சிறந்தது என அறிவுரை சொன்னார்.

மருத்துவர் காட்டிய கண்ணாடியில் தெரிந்த மார்பை என் வீட்டு கண்ணாடியில் எத்தனையோ முறை பார்த்திருபேன். ஏன் என் அறிவு அதை ஒரு பொருட்டாக நினைத்ததில்லை. வயதுக்கு வந்தபிறகு, என் உடலில் நிகழ்ந்த மாற்றங்களில் என் மார்புகள் பற்றித்தான் அதிக கேள்விகள் இருந்தது. எங்காவது கன்றுகுட்டி பசுமாட்டிடம் பால் அருந்துவதை பார்க்க நேர்ந்தால், குழந்தைக்குப் பால் அமுதம் சுரக்கும் உறுப்பாக அதை எண்ணிக்கொண்டேன். சுவரொட்டிகளில் நடிகைகளின் கவர்ச்சிப் படங்களைக் கண்டபோது அந்தரங்க உறவுகளில் அதன் தேவையை எண்ணி நானே சிரித்துக் கொண்டேன். என் மார்பை என்னை விட்டு அகற்றலாமென மிகச் சாதாரணமாகச் சொல்லி விட்டார்கள். அது நான் பெண் என்பதை ஒரு நாளில் எந்தவித முன் அறிவிப்புமின்றி, இல்லை என்று மறுப்பது போல உணர்கிறேன்.

இனி என்ன செய்ய?. ஒரு கடல் பயணத்தில் நடு வழியில் எந்தத் துப்பும் இல்லாமல் இறக்கி விடப்பட்டு, திக்குத் தெரியாமல் நின்றிருப்பதைப் போல உணர்கிறேன். மருத்துவர் ஏதேதோ என்னிடம் சொல்கிறார்; அந்த வார்த்தைகள் என் காதுகளில் நுழைய மறுக்கிறது. நான் கண்ணாடியில் பார்த்துக் கொண்டிருந்த என் பிம்பத்தில், என் மார்புகள் காணாமல் மாய்ந்து போனது. என்ன செய்வது? சில நொடிகள் நடப்பது என்ன என்பதே அறியாதபடி உணர்விழந்தேன். கைகளை முன்னால் நீட்டிக் கண்ணாடியில் தெரிந்த என் மார்பில்லாப் பிம்பத்தைத் தடவி பார்த்துக் கொள்கிறேன், நெஞ்சின் எலும்புகளைத்தான் என்னால் உணரமுடிந்தது, உடல் குளிர்ந்தது.

"சேது என்னை வீட்டிற்கு அழைத்துக்கொண்டு போ" எனக் கத்த வேண்டும் போல இருந்தது. அந்தக் கண்ணாடியின் காட்சி கண்களை விட்டு மறைய மறுத்தது.

மருத்துவர் பரிசோதனை முடித்துவிட்டு, கைகளைச் சானிடைசர் மூலம் சுத்தப்படுத்தினார். செவிலியர் மீண்டும் எனக்கு ஆடை அணிய உதவினார். நான் வெளியே வந்து சேதுவின் அருகில் நின்று, அவன் தோள்களில் கை ஊன்றி விழுந்துவிடாதபடி தடுமாறியபடி நின்றேன். அறை இருண்டது. அங்கங்கே குரல்கள் மட்டும் நீருக்கடியில் கேட்பது போலக் கேட்டன. வெப்பமும் குளிரும் சேர்ந்து எனக்குள் புகுந்தது போல ஒரு உணர்வு. எண்ணங்களின் சுழல் புயலைப் போல மாறி விட்டது. கேள்விகளின் மணல்பரப்பு என்னை விழுங்கிக் கொண்டது. சேது என் கைகளைப் பிடித்துக்கொண்டான். என் மனம் அவனிடம்

"எனக்கு ஒன்றும் இல்லை, வீட்டுக்குப் போய்விடலாமெனச் சொல்" எனக் கெஞ்சுகிறது.

மருத்துவர் என்னிடம் அமரச் சொன்னார். சேது, மருத்துவரிடம், பழைபடி சரியாகிடுவாங்களா? சிகிச்சை எப்படி டாக்டர்? குழந்தைக்கு ஏதாவது பாதிப்பு இருக்குமா? எனக் கேள்விகளை அடுக்கினான்.

லிவின்

நான் மீண்டும் இருக்கையில் அமர்ந்தேன். நான் விழித்துச் சுய நினைவில்தான் இருக்கிறேன், ஆனாலும் ஏதோ வித்தியாசப் படுகிறது.

எங்கு இருக்கிறேன்?

சேது... சேது...

என மனம் உதடு வழி முனங்குகிறது. கண்கள் மூடியபிறகும் காட்சிகள் எப்படித் தெரிகிறது?.

எனக்கு முன்பாக ஒரு சிற்பி பெரிய ஒரு பெண் சிலையை ஒரே கல்லில் செதுக்கிக்கொண்டிருந்தார், நான் அவர் முன் ஆடையற்று அமர்ந்திருந்தேன். என் கால் நகம் முதல் தலை முடிவரை துல்லியமாக, மிக நேர்த்தியாக வடித்துக்கொண்டிருந்தார். அது நிறைவடைந்ததும் ஆசையாக அதன் முன் நின்று பார்த்தபோது, அந்தச் சிலைகளுக்கு மார்புகள் இல்லை. என் கண்கள் சிவந்தன, இரத்தம் கொதி நிலையாகி, தலை வெடிக்கும் அளவுக்கு அழுத்தம் அதிகரித்தது. அந்தச் சிற்பியின் சுத்தியலை எடுத்து சிலையைச் சுக்குநூறாக உடைத்தெறிந்தேன். சிலையின் எந்தப் பகுதியும் மிஞ்சாமல் உடைத்தேன். தூசி அந்த இடத்தை மேகமூட்டம் போல மூடிக்கொண்டது. நான் நின்ற இடம் நகரத் துவங்கி தூரமாய் விலக, நான் ஒரு கண்ணாடிக் குவளைக்குள் இருப்பதாக அறிந்தேன். நான் இருந்த கண்ணாடிக் குவளை போன்றே பல ஆயிரம் குவளைகள் மிதந்து கிடந்தன. அதில் ஒவ்வொன்றிலும் ஒவ்வொரு பெண் அடைபட்டுக் கிடந்தாள். ஒவ்வொருவரும் குவளைக்குள் வலிகளோடு அடைபட்டுக் கிடந்தார்கள்.

இமை கனமாக இருந்தது, தண்ணீர் குடிக்க வேண்டும், என்னால் எழும்ப இயலும் எனத் தோன்றவில்லை. நான் காலத்தை நிறுத்த எடுத்த முயற்சிகள் எல்லாம் வீணாய்ப் போனது. நான் வேறொன்றும் செய்யவில்லை, என் வயிற்றில் கைவைத்துக் கொண்டேன். புகைமூட்டம் என்னை விழுங்கிக்கொண்டது.

உதிர்வு

விளக்கம்

"நந்தவள்ளி ஆர் யூ வித் மி?"

கண்விழித்துக் காலத்தை நிறுத்திவிட்டேனோ என ஒரு முறை எண்ணினேன், மீண்டும் அதே, அறை சத்தியன் மருத்துவர் முன் அமர்ந்திருந்தேன், சேது என் அருகில் இருந்தான். சிறிது நேரம் சுய நினைவற்று இருந்திருப்பேன் என நினைத்தேன். திறந்த கண்களை இந்தமுறை நானே மூடிவிட்டேன். எனக்கு இன்னும் தனிமை தேவைப்பட்டது.

என் வயிற்றில் கைவைத்து குழந்தையிடம் மனதிலே பேசிக் கொண்டேன். ஓராயிரம் முறை மன்னிப்பு கேட்டுவிட்டேன். யாரோ என் கைகளைத் தொட்டார்கள். சேதுதான். அவனிடமிருந்து இந்தத் தொடுதலின் உணர்வை நான் அறிந்திருந்தேன். கண் திறந்தபோது மருத்துவர் சத்தியன் அருகில் நின்றிருந்தார். நான் மெல்ல அசைந்து எழவேண்டுமென்று முயற்சித்தேன், வேண்டாம் என்றார்கள். எனக்கு எழவேண்டுமென்ற நிர்பந்தம் இருந்தது. நான் நலமுடன் தான் இருக்கிறேன் எனக்காட்டி என்னை அனுப்பிவிடக் கேட்டுக்கொள்ள நினைத்தேன். பிடிவாதமாக எழுந்து நின்றேன். எனக்கு மருத்துவரின் குரல் கேட்க வேண்டாமென மனம் அடித்துக் கொண்டது, எப்படியாவது எழுந்து அங்கிருந்து ஓடி விட நினைத்தேன், மருத்துவர் என்னிடம்,

''நந்தவள்ளி என்ன யோசிக்கிறீங்க?''

அதுவரை நான் நினைத்துக் கொண்டிருந்தது ஒன்றே ஒன்று தான் என்பதுபோல, ''என் குழந்தைக்கு ஒன்றும் ஆகாதில்ல டாக்டர்?'' எனக் கேட்டேன்.

அவர் யோசனையாக, ''ஒன்றுமாகாது, கவலையே படாதீங்க, மருத்துவம் எவ்வளவோ வளர்ந்திருக்கு, நிச்சயம் நல்லதே நடக்கும். கடவுள் எப்போதும் உங்களுக்குத் துணை இருக்கட்டும்'' என்றார். மனம் நம்ப மறுத்தது, கண் எட்டும் தூரம்வரை தண்ணீர் இருக்கும் கடல் நடுவில் ஒரு கட்டையைப் பிடித்தது போல இருந்தது. இனி எந்தப் பக்கம் நீந்த வேண்டும் எவ்வளவு தொலைவு, என்னென்ன சுழல்கள் உண்டு என்பதை நினைத்து மனதின் அடி ஆளம் தவித்தது.

எனக்கு வேறேதும் கேட்க மீதமிருக்கவில்லை என்பது போலச், சேதுவின் கைகளைப் பிடித்துக்கொண்டேன். சேது என் அருகில் அமர்ந்து என்னை அவனோடு அணைத்துக்கொண்டான். இருவருக்கும் அந்த அணைப்பு தேவைப்பட்டது. இருவரது உடல் தொடுதல் இருவருக்கும் மிக அத்தியாவசியத் தேவையாக இருந்தது.

மருத்துவர் தொடர்ந்தார், ''அப்கோர்ஸ், நீங்களும் கண்டிப்பா எந்தச் சந்தேகமும் இல்லாம நலமாயிடலாம். எத்தனையோ வேலைக்குப் போகும் பெண்கள், வீட்டுப் பெண்கள் திரும்பத் தங்கள் பழைய வாழ்க்கைய விடச் சிறப்பாக உருவாகியிருக்காங்க.

நான் மருத்துவர் அறையைப் பார்த்தாலே மிகவும் பயந்து விடுகிறேன் என அறிந்து கொண்டார், என் நிலையை அறிந்து என்னையும் சேதுவையும் வெளியே அருகிலிருந்த தோட்டத்திற்கு அழைத்தார், எனக்குச் சக்கர நாற்காலி எடுத்துவர சொன்னார், மீண்டும் பிடிவாதமாக வேண்டாம் என்றேன். நானே நடந்து வருவதாகச் சொல்லி சேதுவின் கைகளின் பிடியை இறுக்கிக் கொண்டேன்.

இருவரும் நடந்து மருத்துவரோடு தோட்டத்தை எட்டினோம், அறையிலிருந்து வெளிவந்ததே எனக்கு நலமுடன் இருக்கும் ஒரு உணர்வைத் தந்தது, தோட்டம் முழுதும் மஞ்சள் நிறக் கொன்றை பூக்கள் பூத்திருந்தன. நடுவிலே சின்னதாக ஒரு தண்ணீர் தொட்டி. எனக்கு வீட்டருகின் குளம் நினைவில் வந்தது. மதிய வெயில் உள் நுளையாத அடர்த்தியில் தோட்டம் மரங்களால் மூடப்பட்டிருந்தது. எதற்கு மருத்துவர் அறைகள் எனக் கேள்வி எனக்குள் வந்தது. தேவையான உபகரணங்களுக்கு வேண்டுமென்றால் அறை உபயோகிக்கலாம், பேச இதுவே நல்ல சூழல் என மனம் விரும்பியது. தோட்டத்தில் தொலைவில் துப்புரவுத் தொழிலாளிப் பெண் ஒருவர் கீழே விழுந்த கொன்றை மலர்களைக் கூடைக்குள் என் கேள்விகளைப் போல அள்ளிக்கொண்டிருந்தார். சற்று அருகே ஒரு பெண் புத்தகம் படித்துக் கொண்டிருந்தார், சிலர் நடந்து கொண்டிருந்தார்கள், சில செவிலியர்கள் பரபரப்பாகக் கையில் சில கோப்புகளைக் கொண்டு போனார்கள். அங்கங்கே இருபுறமும் ஆள் அமர்ந்து பேசுவதுபோல மேசை இருக்கை இரும்பில் அமைத்திருந்தார்கள். எங்கள் இருவரையும் அதில் ஒன்றில் அமரச் செய்துவிட்டு. எதிர்புறத்தில் அவர் அமர்ந்தார்.

என் கண்களிலிருந்து கேள்விகள் நீராக வடிந்தன. கைகுட்டையால் யாரும் பார்த்து விடக் கூடாது என வேகமாகத் துடைத்தேன். மருத்துவர் என் கைகளுக்கு அருகில தன் கையை வைத்து,

‘‘சின்னப் பிள்ளைபோல என்ன அழுகை. அங்க பாருங்க’’ சற்று தொலைவில் முற்றத்தை பெருக்கிக்கொண்டிருந்த துப்புரவுப் பெண் தொழிலாளரைக் காட்டி, இவரும் புற்றுநோயிலிருந்து விடுபட்டவர் தான். இவங்க காமாட்சி அக்கா. இரண்டு வருடத்திற்கு முன்பு, இவங்களுக்கு புற்று நோயின் அறிகுறிகள் தெரிந்ததும். அவர்களுக்கு வேண்டிய பரிசோதனைகளைச் செய்து அவர்களுக்கு மூன்றாம் நிலை மார்பகப் புற்றுநோய் எனக் கண்டறிந்தொம். மார்பக அறுவை சிகிச்சை செய்து, தெரப்பிகள் முடித்து இப்போது நலமுடன் இருக்கிறார்கள்.

நான் அந்தத் துப்புரவுச் சகோதரியில் என்னைப் பொருத்திப் பார்த்துக் கொண்டிருந்தேன். என்னைவிட வயதில் பெரியவராக இருந்தார். அவர் கூட்டி முடித்து எங்களைக் கடந்து போகும்போது மருத்துவரையும் எங்களையும் பார்த்துப் புன்னகை செய்துவிட்டுக் கடந்து போனார். என் மனதில் பல நூறு கேள்விகள் அரவையில் குழைவதுபோல எனக்குள் பிறந்து கலைந்து கொண்டிருந்தன. சில கேள்விகளை எனக்குள்ளே விழுங்கி விட்டேன்,

என் குழந்தை... என மனம் நினைத்துக்கொண்டிருந்த கேள்வியை மீண்டும் கேட்க மனம் இல்லாமல் நிறுத்தி விட்டேன்.

அவர், அதைப் புரிந்துகொண்டு, ‘‘உங்களுக்கு வந்திருக்கும் புற்றுநோயைப் பற்றி நீங்கள் அறிந்துகொள்வது மிகவும் அவசியம், அதன் பின் நீங்கள் உங்கள் கருவைப் பற்றி முடிவு செய்து கொள்ளுங்கள். உங்கள் பரிசோதனை முடிவுகளின் படி புற்றின் படர் தன்மை அதிகமாக இருக்கிறது, உங்களுக்கு அறுவை சிகிச்சை அவசியம், தெரப்பி சிகிச்சைகள் செய்ய வேண்டியதிருக்கும். கால தாமதம் ஆக ஆகப் புற்றின் தீவிரம் அதிகமாகி மற்ற உறுப்புகளையும், குழந்தையையும் பாதிக்கும் அபாயம் இருக்கிறது’’.

மருத்துவர் பேசப் பேச என் காடுகளின் மரங்கள் பட்டுப்போய் வறட்சி கொள்வதுபோலான உணர்வைக் கொண்டேன். கண்ணிற்குப் படாத ஒரு அணு, சதைப் பிண்டமாக உருமாறி வளர்ந்து உலர்ந்து போகும் இந்த வாழ்கையின் நகர்தலை நினைத்துக் கொண்டேன். என்ன செய்ய முடியும்? இது எனக்காக இறைவன் எழுதிய கதை இதில் நான் பயணித்துத் தானே ஆக வேண்டும். என மனம் சொன்னதும், அறிவு அதே வேகத்தில் ஓங்கி ஒரு அறை தந்ததுபோல, ‘உன் அலட்சியத்திற்கு ஏன் கதை தேடுகிறாயெனக்’ கேட்டது. கால தாமதம் கொள்ளாமல் மருதுவரைச் சந்தித்திருக்க வேண்டும். என் தவறு தான். என் மனம், என்னைக் கவனித்துகொள்ளும் அளவிற்கு ஓய்வாக இல்லை. மீண்டும் காரணத்தைத் தேடுவதில் பலன் இல்லை, இதற்கான

முழு பொறுப்பும் நானேயென... மனதில் நோவு கொண்டேன். ஆனாலும், இது எனக்கேன் வந்தது? என்னும் கேள்வியை மீண்டும் மீண்டும் ஒரு நொடிக்கு பல லட்சம் முறை கேட்டுக் கொண்டேன்.

மருத்துவர் விளக்கங்களைச் சொல்லிவிட்டு அறுவை சிகிச்சைக்கான தேதியை மருத்துவமனையில் பதிவு செய்யச் சொல்லிவிட்டுக் கடந்தார்.

சேது... நான் என்ன பாவம் பண்ணினேன், எனக்கேன் இது வரணும்?''. ''அப்போ நான் பாவம் பண்ணினதால தான் பார்வையற்று இருக்கேன்னு நினைக்கிறியா? எனக் கேட்டான்.

நான் எதுவும் சொல்லாமல் மௌனம் காத்தேன். ''எனக்குக் கண் பார்வை இல்லாதது, ஒருவேளை நான் அம்மா வயிற்றில் இருந்தபோது ஏற்பட்ட ஏதாவது தொற்றாக இருக்கலாம். இல்லை நான் குறைமாதமாகப் பிறந்ததால இருக்கலாம். வேறு காரணங்களுமிருக்கலாம். இதுல பாவ புண்ணியம் எங்க இருக்கு நந்தவள்ளி? நம்மளப் பாதிக்கிறக் காரியங்கள், நம்மளச் சுத்தித்தான் இருக்கு. அது தெரிஞ்சோ தெரியாமலோ நம்மள பாதிக்கும்போது. அடுத்து என்ன பண்ணலாம்னு யோசி''.

நான் இன்னமும் நடுக்கத்தின் உயர் புள்ளியை நோக்கி நகர்ந்தேன். உதடுகள் காய்ந்து. தண்ணீர் குடிக்க வேண்டும் போல இருந்தது. எண்ணங்களில் மூழ்கி மீள முடியாமல் சிறைப்பட்டுக் கொண்டிருந்தேன். எனக்கு எரிச்சல் வந்தது.

''சேது, எனக்குத் தண்ணீர் வேண்டும்'' என்றேன். பையிலிருந்து எடுத்துத் தந்தான்.

''மனசப் போட்டுக் குழப்பாத நந்து, எதுவானாலும் சேர்ந்தே சந்திப்போம், சேர்ந்தே சரி செய்வோம். நீ வேணும்னா பாரேன். நமக்கு நிறையக் குழந்தை பிறந்து அதுகள நாம வளர்ப்போம்'' என என் முதுகைத் தடவிக் கொடுத்தான். மனம் லேசாகத் திடப்பட்டது.

லிவின் 111

நான் மௌனித்திருந்தேன். பல மாதங்களாக நான் புறக்கணித்து வந்த மார்பின் மாற்றங்களை நினைத்தேன். இனி என்ன செய்ய முடியும்? ஒரு வேளை முதல் முறை சின்னதாக சிவந்தபோதே மருத்துவரிடம் வந்திருக்க வேண்டுமோ? இது தான் அறிகுறி என்று எப்படி எனக்குத் தெரியும்?. இது முதலில் எனக்கு வரும் என்றே நான் நினைத்துப் பார்த்ததில்லை. ஆரோக்கியமாகத்தானே இருக்கிறேன். தின வேலைகளில் எனக்கு எந்தப் பாதிப்பும் தெரிந்ததில்லை. நேற்று வரை எந்த வலியும் எனக்கு வந்ததில்லை. நான் மருத்துவரிடம் வந்து எதைக் காட்டி, எதைச் சொல்ல?. நோய் இல்லாமல் மருத்துவமனைக்கு யார் வருவார்கள்?. எங்கோ ஆரம்பித்த எண்ணங்கள் எங்கோ செல்வது போல ஒரு காற்று மெதுவாக அணைத்துச் சென்றது. மேலிருந்து ஒரு அரச மர இலை என் ஐவி ஊசி இடப்பட்ட கையில் விழுந்து, மடியில் கிடந்தது. அது முழுதாக வாடவில்லை. சிறு பகுதி கருகிச் சுருண்டு இருந்தது. நான் அதைக் கையில் எடுத்துப் பார்த்தபடி சேதுவிடம்.

"நான் என் மார்பை அகற்றாம இப்படியே இருந்து இறந்துவிடவா?" என கேட்க நினைத்தேன்.

நான் எதுவும் பேசவில்லை, கண்களிலிருந்து என்னை அறியாமலே நீர் நிறைந்து வெளியேறி என் முகத்தில், வரும் நாட்களின் பக்கங்களை எழுதியபடி வடிந்தது. சற்றும் எதிர்பாராத அந்த மனக்கசப்பான நாள், எனக்காக முப்பத்து ஏழு வருடம் காத்திருந்திருக்கிறது. இயற்கை அதன் மீறுதல்களின் நிகழ்வுகளின் அடுக்கைச் சரியாக நடத்தி விடுகிறது.

நேரம் கண்முன்னே நிறம்மாறிக்கொண்டிருந்தது, சிகிச்சை விளக்கங்கள் எல்லாம் மறந்து போய்விட்டது. நானும் சேதுவும் அந்த இரம்மியமான பூந்தோட்டத்தில் அமைதியின்மையில் நிறைந்திருந்தோம். மருத்துவர் கசப்பான இரண்டு வழிகளை முன் நிறுத்தி அதில் ஒன்றைத் தேர்ந்தெடுக்கச் சொல்லியிருந்தார். நான் என்

சிறுவயதில் கண்ட கனவை நினைவு கூர்ந்தேன். இரண்டு குதிரைகளில் ஒன்று குட்டி ஈன்ற கனவின் அர்த்தம் அன்று தான் எனக்கு விளங்கியது.

மருத்துவர் என் மார்பை அகற்றி விடுவது கட்டாயமெனச் சொல்லி விட்டார். குழந்தை பிறந்தபிறகு அறுவை சிகிச்சையைச் செய்யலாமா? எனக் கேட்டோம். அவர் ''புற்றின் படரும் தன்மை அதிகமிருப்பதால் அது குழந்தைக்கும் ஆபத்து'' என உறுதியாகச் சொல்லிவிட்டார். எவ்வளவு அதிகமாக ஒரு குளந்தைக்காக ஆசைப்பட்டேனோ, அதற்கும் மேலாக இப்போது குழந்தை என் வயிற்றில் இல்லாமல் இருந்திருந்தால் நலமாக இருந்திருக்கக்கூடும் என நினைத்துக் கொண்டேன். மனம் ஒரு போதும் கருவை விலக்க வேண்டும் என முடிவு செய்துவிட கூடாது என் உறுதி செய்து முத்திரையிட்டுக் கொண்டிருந்தேன்.

சேது தயங்கியபடி என் கைகளைப் பிடித்துக்கோண்டு,

''நந்து எனக்கு நீ வேணும், நீ முழுமையா குணமடையணும்னா நாம வேணா இப்போ...''

எனச் சேது வார்த்தைகளை முடிப்பதற்குள், என் வலது கையால் அவன் கன்னங்களில் அறைந்தேன். பின் அவன் கைகள், தோள் என்று என் கோபம் தீர அறைந்தேன். ஏன் என்று எனக்குப் புரியவில்லை ஆனாலும், ஏதோ ஒரு விரக்தியின் வெளிப்பாட்டை அவனிடம் காட்டினேன். என் மேலிருந்த கோபத்தை அவனிடம் மொத்தமாகக் காட்டிவிட்டு வேகமாக எழுந்து நாங்கள் அமர்ந்திருந்த தோட்டத்திலிருந்து வேகமாக நடந்து வெளியேறினேன்.

சிறிது தொலைவில் யாருக்கும் வேண்டாத, ஏதோ குழந்தையின் கையிலிருந்து தொலைந்து, உடைந்த ஒரு குழந்தைப் பொம்மை கீழே கிடந்தது. அதன் அருகில் நடந்து சென்று எடுத்துக் கொண்டேன். பொம்மை அழுக்கேறி, கை கால்கள் உடைந்து, தலையும் கீறல்

லிவின் 113

விழுந்து பயனற்று இருந்தது. அதை ஒரு கணம் கூட என்னால் பார்க்க இயலவில்லை. மனம் ஏதேதோ கற்பனைக்குள் நுழைய முயன்றது. சேது என் பெயரைச் சொல்லி அழைத்து நிறுத்தினான். நான் திரும்பி அவனிடம்.

''என்னைக் கொலை செய்யச் சொல்றியா சேது? நான் இறந்தாலும் பரவாயில்ல என் குழந்தையப் பெற்றெடுக்க என்ன தேவையோ அதைச் செய்வேனே தவிர, எப்படி சேது உனக்கு இப்படிக் கேட்க மனசு வந்திச்சு? மரணம் பிரித்த வலியின் கதறலை போலக் சேதுவின் மார்பில் என் முகத்தைப் புதைத்துக் கதறி அழுதேன், இதுபோல எத்தனையோ அழுகையை இந்த மரங்களும் பூக்களும் கேட்டிருக்கும், பார்த்திருக்கும். அவை இதில் எனக்கொன்றும் பங்கில்லையே என்பது போல இப்போது என் அழுகையை அளந்துகொண்டிருந்தன. ''

விதை ஒன்று மண்ணைப் புடைத்துக்கொண்டு மேலெழுவதுபோல என்னுள் ஒரு வைராக்கியம் மேலெழுந்தது. என்னதான் ஆனாலும் இனி நான் அழப்போவதில்லை. இந்தப் புற்று நோயை எதிர்த்துப் போராடி என் குழந்தையை நலமுடன் பெற்றெடுப்பது என முடிவு செய்தேன். கையிலிருந்த பொம்மையை பத்திரப்படுத்தி வீட்டிற்கு எடுத்துச் செல்ல முடிவெடுத்தேன்.

''சேது நான் குழந்தையைப் பெற்றெடுக்கப் போகிறேன், இந்தப் போராட்டத்தில் எனக்கு என்னவானாலும் பரவாயில்லை. என் குழந்தையை நான் ஒருமுறை பார்த்தால் போதும். அதை மடியில் ஒரு முறை கிடத்தி, அதற்கு நான்...'' எனச் சொல்லும்போதே என் தொண்டை அடைத்துக் கொண்டது. நான் அழுதுவிடக் கூடாது என உறுதியாக இருந்தேன்.

நிலை மாற்றம்

சில இரவுகளும் பகல்களும், மௌனத்தில் கடந்தன. வார்த்தைகள் எல்லாம் மறைந்து போயின. பேச எதுவுமே இல்லாமல் என் சொல் அனைத்தும் தீப்பிடித்து எரிந்து சாம்பலாகிப் போனது. பயம் என்னைப் பேய் போல பிடித்துக் கொண்டிருந்தது. என்னைப் பற்றி என் குழந்தையைப்பற்றி நொடிகளின் நடுவிலும் கூட நினைத்துக் கொண்டிருந்தேன். ஒரு நொடி வீரத்தை உடுத்திக்கொண்டு போர் தொடுக்க முனைவதும், அடுத்த நொடியே புற முதுகிட்டு ஓடி எங்கேயோ ஒளிந்து கொள்கிறேன்.

அடர் இருட்டுற்குள் ஒற்றை விளக்கோடு தடுமாறி தனியே நடந்துகொண்டிருந்தவளிடமிருந்து வெளிச்சத்தைப் பிடுங்கிவிட்டுத் துரத்தியது போலாகிவிட்டது. நான் இருட்டில் ஓடி ஓடிக் களைத்துவிட்டேன். யாராவது ஒரு குரல் தாருங்களேன். நந்தவள்ளி என என் பெயரை சொல்லுங்களேன். என் கையை பிடித்து இந்த இருட்டிலிருந்து அழைத்துச் செல்லுங்களேன். என்னைப் போன்ற எதற்கும் துணியாத ஒரு பெண்ணை பத்திரமாக பார்த்துக்கொள்ளுங்களேன். இந்த உலகிடம் ஒரு பைத்தியம் போல என்னென்னவோ சொன்னேன்.

பிள்ளைக்காக நினைத்து வைத்திருந்த பெயர்களை உச்சரித்து உதடுகள் முணுமுணுத்துக் கொள்கின்றன. மனம் மன்னிப்பைக் கேட்டபடியே தரையில் படுத்துக் கிடந்தது.

வேறு யாரை பற்றியும் சிந்தனைகள் இல்லை, வேறு எதைப் பற்றியும் சிந்தனைகள் இல்லை. தொண்டை அடைபட்டு, உணவை வெறுத்தது. நாவின் வறட்சி, மேலும் புலம்பலை வெளியேறவிடாமல் தடுத்தது. என்னைச் சுற்றியுள்ள அத்தனையும் பயத்தையும் ஒரு வித வெறுப்பையும் தந்தன. குளத்தைப் பார்த்து அமரும் சாளரத்தை அடைத்து விட்டேன். குளத்தைப் பார்க்கவே பிடிக்கவில்லை. அதன் குளிர்காற்று எனக்குள் காய்ச்சலைத் தந்தது. அதன் கொதி நிலை, நீராவியின் சூட்டைக் கொண்டு என் தோலை மூடிக்கொண்டது.

என் படுக்கை அறைக் கட்டில் தான் இப்போதைக்கு என் கருவறை. வெளிச்சமற்ற இந்த அறையின் உள்ளே இருந்துவிட மனம் விரும்புகிறது. வெளிக்காற்றும் வெளிச்சமும் எனக்குத் திகிலைத் தருகின்றன. அம்மாவின் வயிற்றுக்குள் எப்படி வெளிஉலகின் பயத்துடன் இருந்தேனோ, அதேபோலவே இப்போதும் என்னைப் பயம் பிடித்துக் கொண்டிருக்கிறது. நோய் மனதில் தான் உடலில் இல்லை என்பதை மனம் அறிந்தபோதும் மனம் ஏற்க மறுக்கிறது. மனதில் எண்ணங்களின் புற்று காய்ந்த இலையில் தீப்பிடித்து பரவுவது போலப் பரவிக்கொண்டது. நான் ஒரு நோயாளி என மனம் தீர்க்கமாக நம்பிக் கொண்டது. அறிவு அதைக் களைய நினைத்தாலும் மனம் அதை எப்போதும் வென்றுவிடுகிறது. இரவில் கனவுகள் என்னைப் பீடிக்கிறது. கோர உருவமுள்ள ஒரு ராட்சச மிருகம் என்னை துரத்தும். நான், நான் விழித்துக்கொள்ள நினைக்கும் போதும் கூட அது என் கண்களைப் பிடுங்கி மறைத்துக் கொள்ளும் கோரக் கனவுகள் அவை. அம்மா என்னை அணைத்துக்கொள்ளும் கனவுகள் வரும் பின் அவளே என்னை ஒரு நெருப்பு பிளம்புக்குள் தள்ளிவிடுவது போல மாறிவிடும். அப்பா ஒரு நாள் கனவில் வந்தார். ஒரு வனாந்தரத்தில்

தொலைவில் வந்து கொண்டிருந்தார். பலமணி நேரமாக அவர் என்னை வந்து சேருவார் எனக் காத்திருந்தேன். எத்தனை மணி நேரமானாலும் அவர் தொலைவிலேயே நடந்து வந்து கொண்டிருந்தார். தொலைவு குறையவே இல்லை. மருத்துவமனை வெளியே எடுத்த உடைந்த பொம்மை உயிருடன் வந்து என்னுடன் பேசும். பலமுறை என் கரு கலைந்து என் கால் தொடை வழி இரத்தம் வடிந்து தரையில் படர்ந்து அதில் செடிகள் முளைப்பதாக கனவு கண்டேன். இதனாலேயே எனக்கு தூக்கமும் பிடிப்பதில்லை. தூக்கத்தில் மீண்டும் கனவுகள் வந்துவிடும் என்ற எண்ணமே என்னைத் தூங்கவிடுவதில்லை.

சில நேரம் மேலே பறந்து கொண்டிருக்கும் ஒரு பறவையின் கண்களைப் பறக்கும்போதே பறித்தது போல உணர்வேன். மேலிருந்து சட்டெனக் கீழே விழுந்துவிடுவேன். இனி இறகுகள் இருந்தும் என்ன பயன்?.

சேது என்னைத் திட்டியே ஓய்ந்து விட்டான். அவன் குரல் எனக்கு இப்போது சரியாகக் கேட்பதில்லை. சேதுவின் வீட்டார் வந்து போனார்கள். யாரை பார்த்தாலும் வெளியே நடித்துக்கொண்டு உள்ளே எரிச்சலை நிரப்பினேன். சில நேரங்களில் எங்கேயாவது ஓடிவிடலாமா என நினைத்துக் கொள்வேன், அர்த்தமற்று ஏன் இப்படி எண்ணுகிறேன் என என்னை நானே கடிந்து கொள்வேன்.

மார்புகளைப் பார்த்துப் பார்த்துச் சலித்துவிட்டேன். அதில் இருந்த கட்டியை தடவிக் கொள்வேன். வலிக்கிறதா என ஒவ்வொரு நொடியிலும் கவனம் செலுத்திப் பார்ப்பேன். ஏதோ ஒரு கனத்தின் உணர்வை, ஒரு புள்ளி போன்று முள் குத்தும் ஒரு உணர்வையும் எண்ணிக் கொள்வேன். உண்மையில் எந்த வலியும் இருப்பதில்லை. கட்டியை அழுத்தும்போது சிறிது வலித்தது. மேல்க் கச்சு அணிவதை நிறுத்தியிருந்தேன். எப்போதும் தனிமையாக இருக்கவே விரும்பினேன். உடைந்த பொம்மையுடனே பேசினேன்.

ஏதாவது செய்யணும். ஆனால் என்ன செய்வதென்று தெரியவில்லை. ஏதாவது நாட்டு மருந்து கிடைக்குமா? ஏதாவது களிம்புகள் கிடைக்குமா? ஏதாவது சாப்பிட்டால் சரியாகிற மாதிரி ஏதாவது கிடைத்தால் நலமாக இருக்குமே என சேதுவிடம் கேட்டுக்கொண்டே இருப்பேன். மருத்துவர் சத்தியனின் குரல் என்னைச் சுற்றிக் கொண்டே இருந்தது. புற்று நோயைப் பற்றி பார்க்காத காணொளிகளே இல்லை என்பதை போல கணக்கற்றுப் பார்த்துத் தீர்த்தாகிவிட்டது.

பட்டாளம் சார் இப்போதெல்லாம் கூடுதல் அக்கரை செலுத்தினார், மரியம்மாள் எனக்கு நோய் எதிர்ப்பு வளர, பழங்கள் என வாங்கியும், அவளே செய்தும் எனக்கு எடுத்து வருகிறாள். இன்னும் அறுவை சிகிச்சைக்கு இரண்டு மூன்று தினங்களே இருந்தன. எனக்குள் பயத்தின் பேய் இன்னும் வலுப்பெற்றது. உறக்கம் அறவே இல்லை. வாந்தி மயக்கம் என உடல் மிகவும் சோர்வுற்றது. என்னால் எழுந்து நடக்கக் கூட இயலவில்லை. இதில் புற்று நோயின் பங்கு மிக குறைவுதான். என் விரக்தியும், பயமும், குழப்பமும், கோபமும் என்னை இந்த நிலைக்கு ஆளாக்கிவிட்டன.

ஒரு எரிமலை வெடிக்கும் இறுதி நொடிக்குத் தயாராவதைப்போல நானும் தயாராகிக் கொண்டிருந்தேன். மீண்டும் சில பரிசோதனைகளுக்கு மருத்துவமனை சென்றிருந்தேன். சத்தியன் மருத்துவர் அறுவை சிகிச்சையின் நாளை உறுதி செய்தார். அவர் முன் நலமாக இருப்பதாக நடித்துக் கொண்டேன் ஏன் அப்படி என்னைக் காட்டிக் கொள்கிறேன் என நான் அறியவில்லை. சேது நான் சாபிடுவதில்லை, தூங்குவதில்லை, சரியாக ஓய்வெடுப்பதில்லை என என்னைப் பற்றின புகார்களை அடுக்கி மருத்துவரிடம் ஒப்புவித்தான். மருத்துவர், என்னைத் திட்டாத குறையாக பிரச்சனைகளின் வீரியத்தை மீண்டும் எனக்குச் சொன்னார்.

உதிர்வு

"உங்களுக்காக இல்லாட்டியும் உங்க வயிற்றில் வளர்ற குழந்தைக்காகவாச்சும் நீங்க உங்களக் கவனித்துத்தானாக வேண்டும். என அவர் சொன்னது மட்டும் என் காதுகளில் திரும்பத் திரும்பக் கேட்டுக் கொண்டே இருந்தது. மனம் ஒரு முறை சாட்டையைச் சுழற்றிக்கொண்டு மீண்டும் ஒரு கேள்வியை கேட்டது. உண்மைதான் என் வயிற்றில் இருக்கும் குழந்தைக்காக என்னைப் பத்திரமாக பார்த்துக்கொள்ள வேண்டும். அதே நேரம் நான் எனக்காக என்னைப் பார்த்துக் கொள்ளப்போவது எப்போது?"

மனம் என்னை ஒரு பொருட்டாக நினைத்துக் கொண்டதே இல்லை. எப்போதும் ஏதோ இருந்தால் போதும் என்று தானே இருந்திருக்கிறேன். என் நேரம் என்னுடையதாக இருந்ததே இல்லை. சிறிது நேரம் என்னை நினைத்துக்கொண்டது எனக்கு அன்பின் சுவையைத் தந்தது. ஆறுதலுக்காக இல்லாமல் இந்த முறை என்னை நானே நேசித்ததில் ஒரு திருப்தி இருந்தது. ஒரு நிறைவு இருந்தது. சிறிதளவு தன்னம்பிக்கை வந்தது.

மீண்டும் குளக்கரைச் சாளரத்தைத் திறந்தேன், குளம் என்னை அணைத்துக்கொள்ளக் காத்திருந்தது போல காற்றைக் கொண்டு என்னை நிரப்பியது. பெண் மனதை பெண் அறிவாளா என எனக்குத் தெரியவில்லை. ஆனால், இவள் என்னை அறிந்துகொள்கிறாள் என மனதில் பட்டது.

சேது என்னோடு பரிசோதனைகளுக்கு நடந்து அலைந்து களைத்துப் போனான். அவன் திணறினான். நானே தனியாகப் போகிறேன் என சொன்னாலும் அவன் கேட்பதில்லை. அவன் மனதில் ஏதோ இடறுகிறான் என்பதை என்னால் உணர முடிந்தது. பல நேரங்களில் இருவரும் எதுவும் பேசுவதில்லை. உரையாடல்கள் குறைந்தன. இருவரும் மனதிலே எதையாவது அசையிட்டு இருவரையும் மறந்துவிடுவோம். சில நேரங்களில் சேர்ந்திருப்பது அசௌகரியத்தைத் தந்தது. அவன் விலகி வெளியே திண்டில்

அமர்ந்திருப்பான். நான் வீட்டிற்குள்ளே இருப்பேன். எதைப் பேசினாலும் சண்டை வந்தது. ஆனால் சண்டையிட்டு விடுவோம் என இருவரும் அமைதியாகவே இருந்தோம். வீடு அமைதியை நிறைத்து வலியை சத்தமில்லாமல் மூடிக்கொண்டிருந்தது. சுவர்க் கடிகாரத்தின் முள் நகர்வு அதற்கு தாளமிட்டது.

அறுவை சிகிச்சையயின் தேதி நெருங்க நெருங்க பித்துப் பிடித்தவள் போலாகி விட்டேன். பயம் ஒருபுறம், உடலின் மாற்றங்கள் மறுபுறம் என நான் ஏதோ ஒரு நாளைக் கடந்தால் போதும் என்பதாக மாறிவிட்டேன். தனிமையின் கசப்பு என்பது பருக முடியாதது. அதுவும் நோயில் தனிமை என்பது மரணித்துப்போகும் கசப்பனுபவம். கவலைப்பட்டும், வலிப்பட்டும், கோபப்பட்டும், எரிச்சல்பட்டும், ஏளனப்பட்டும், அவமானப்பட்டும் இந்த வாழ்க்கையில் அனுபவிக்கக்கூடிய அத்தனை துன்பங்களையும் அனுபவித்துவிட்டேன். இனி ஏதாவது புது விபரீதங்கள் நடந்தாலும் எனக்கு ஆச்சரியங்கள் ஒன்றுமில்லை.

மரியம்மாள் மட்டும் ஆறுதலாக இருந்தாள். இன்னொரு அம்மாவாகப் பார்த்துக் கொண்டாள். அவளுக்கும் எனக்கும் என்ன சம்பந்தம்? நான் எங்கோ பிறந்து இங்கே வந்தவள். அவள் வாழ்க்கையின் பாடுகளே அவளுக்கு அதிகமுண்டு. ஆனாலும், ஏன் என்னைக் குழந்தைபோல நினைத்துக் கொள்கிறாள். அவளது களங்கமற்ற மனது என்னை எப்போதும் பாதுகாப்பை உணரவைக்கும். மரியம்மாள் என்னிடமிருந்து எதையும் எதிர்பார்க்கவில்லை. பட்டாளம் சாரும் தான். இந்த மனிதர்கள் என் வாழ்க்கையில் இல்லாதிருந்தால் நான் என்னவாகியிருப்பேன்?. என் கருவறை வெளிச்சம் அவர்களாக இருக்கிறார்கள். இந்த மனிதர்களுக்கு நான் பதிலாக என்ன செய்ய முடியும்? அவர்களும் கேட்டுக்கொள்வது என்னை பார்த்துக்கொள்வது தான். நான் இவர்களுக்காக எதையும் செய்தது இல்லை. ஆனால், என் வாழ்கைக்கு மிகவும் தேவையான மனிதர்கள் இவர்கள்.

நொடிகள் ஒவ்வொன்றும் என்னை ஒரு இடத்திலிருந்து திரும்ப முடியாத வேறு ஒரு இடத்திற்கு அழைத்துச் சென்று கொண்டிருக்கின்றன என்பதை மனம் உணராமல் இல்லை. நான் ஒரு கைபாவை போல காலத்தினோடு ஒழுகிக் கொண்டிருக்கிறேன். அடித்துச் செல்லும் ஆற்றில் மேல் நீந்திக்கிடந்து ஒரு வேருக்காக ஒரு கரை மோதலுக்காக என்னை நீரோடு போகவிட்டு முயல்கிறேன் என மனம் நம்பினது, எது எப்படி ஆனாலும், சேதுவும் நானும் குழந்தையுமான அழகான ஒரு வாழ்க்கை இந்தக் குளக்கரையில் நடக்கும். ஒரு சின்னப் புள்ளியான ஒரு நம்பிக்கை. எனக்கு அந்தக் கனவின் நம்பிக்கையே மருந்தாக இருந்தது.

எனக்கான தனிமை

அறுவை சிகிச்சைக்கு முன்னிரவில், சேது மருத்துவமனை அலைச்சலின் உடலசதியில் உறங்கச் சென்றுவிட்டான். நான் கட்டிலில் படுத்துறங்க முயற்சி செய்து கொண்டிருந்தேன். என் நினைவுகள் முழுதும் வரும் பகலில் நடக்கவிருந்த அறுவை சிகிச்சையைப் பற்றிய எண்ணங்கள் நிரம்பிக் கிடந்தன. எழுந்து அறைக்குள் நடந்தேன், சேதுவை எழுப்பலாமென அவனைத் தொட முயன்றபோது எனக்கான தனிமை தேவைப்பட்டதால் வேண்டாமெனக் கைகளைத் திருப்பிவிட்டேன். அறையின் சாளரத்தைத் திறந்து தோழியைப் பார்த்தபோது அவள் இன்றும் எந்த மாற்றமும் இல்லாமல் கரை நிரம்ப அசைந்து கொண்டிருந்தாள். இரவு அதன் ரம்மியத்தின் ஓசையில் கரைந்து கொண்டிருந்தது. அவளிடம் சென்றுவிடலாமென மனம் கேட்டு முடிப்பதற்குள் கைகள் கதவைத் திறந்துகொண்டன. குளிருக்கு இதமாகச் சால்வையை போர்த்திக் கொண்டேன்.

இரவின் நிறத்துக்குள் நுழைந்து, குளத்தை அடைந்தேன். கல் திண்டில் அமர்ந்து கொண்டேன், சேதுவோடு புணர்ந்த காட்சிகள் நினைவில் வந்தன, புன்னகைத்தேன். ஆனாலும், சட்டென்று அது என் முகத்திலிருந்து காணாமல் போனது. ஒரே மாதிரியான இரவு தான், ஆனால், அதன் நிலைமாற்றம் என்னை உறையச் செய்தது. நாளை என்னும் நாளின் திகில் மனம் முழுதும் நிரம்பி, இதயத்தின் துடிப்பை அதிகப்படுத்தியிருந்தது. வயிற்றில் இருந்த குழந்தைக்கு எதுவும்

ஆகிவிடக் கூடாது என மனம் ஒவ்வொரு நொடியிலும் சொல்லிக் கொண்டது. ஏன் எனக்கு இந்த நிலை என்ற கேள்வியின் சுழிக்குள் சுழன்று கொண்டே இருந்தேன்.

பூச்சிகள் ரீங்கரித்துக் கொண்டிருந்தன, தவளைகள் புணர்வின் அழைப்பைக் காற்றில் பரவவிட்டிருந்தன. இரவின் ஈரம் ஆடை மறையா பாகங்களைக் குளிரச் செய்தது. நான் என்னும் இந்த உடலிலிருந்து வெளியே வந்து உலாவ வேண்டுமென இருந்தது. என் அருகில் கிடந்த சிறு கல்லை எடுத்து நீரில் எறிந்து

"என் தோழியே கேள்"

மனம் எத்தனை முறை சமாதானம் சொன்னாலும், இந்த நிலைக்கு முழுக்க என் கவனக் குறைவும், அலட்சியமும், அறியாமையுமே காரணமென நன்குணர்ந்திருந்தேன். இனி திரும்ப வழி இல்லை, இனி இரண்டு பாதைகள் இல்லை. எத்தனை முறை எத்தனை பேர் மார்பகத்தைப் பற்றிச் சொல்லியிருப்பார்கள். போன வருடம் அருகிலிருந்த சமுதாய நலக்கூடத்தில் நடத்தப்பட்ட இலவச மார்பகச் சோதனை முகாமைக் கூட நான் பொருட்படுத்த வில்லை. செய்திகள், விளக்கங்கள் எதுவும் எனக்கில்லை என்றல்லவா இருந்தேன். மார்பில் இடித்து அழுதுவிட வேண்டுமென இருந்தது. அழுகை எதற்கு? இனி அழுது என்ன பலன்? என நீ என்னைப் பார்த்துக் கேட்பது என் காதில் கேட்கிறது. என்னால் ஒரு வினாடியைக் கூட மாற்ற இயலாது.

கேள், திருமணம் முடித்த முதல் இரவில் முதல் முறை சேது என்னைத் தொட்டபோது, பெண் மார்புகள் இவ்வளவு வசீகரமா எனக் கேட்டான், அதில் முகம் புதைத்தான், மணம் பிடித்தான், ருசித்தான், அதன் மேடும் வனப்பும் வடிவும் அளந்து கொண்டான். நாளை அவற்றை அகற்றிய பிறகு அவன் அதை எப்படி வடித்துக் கொள்வான்?. மீண்டும் அவனும் அவன் கற்பனையில் அதை அகற்ற வேண்டியிருக்கும்.

கேள், ஒரு முறை குழந்தை பிறந்திருந்த தோழியைப் பார்க்கச் சென்றபோது குழந்தையைக் கையில் எடுத்து என் மார்போடு

அணைத்தபடி வைத்திருந்தேன். அது தன் வாயைக் குவித்து, என் மார்பகங்களைப் பார்த்துத் தன் தலையைத் திருப்பி, பால் குடிக்க முயற்சி செய்தது. அறையில் இருந்தவர்கள் சிரிக்க, என்னை வெட்கம் நிறைத்துக்கொண்டது. இப்போது என் பிள்ளைக்குப் பால் கொடுக்க என்ன செய்வேன்? அது பிறந்து வந்து அம்மா எனக்குப் பால் அமுதம் தா! உன் மார்பைத் திற, என என்னிடம் கேட்டால் அதற்கு என்ன சொல்வேன்? என்னிடம் மார்புகள் இல்லை என்றா? ஏன் இல்லை யெனக் கேட்டால் என்ன சொல்வேன்? என்னிடம் பதில் இல்லை.

கேள், ஒவ்வொரு முறையும் மேல் கச்சு அணியும்போது, என் முன்னால் ஒரு சிறுமி நின்றிருப்பாள், என் மார்புகளை அளப்பாள். அவள் கனவு கண்டபடி அது வளர்ந்து திரண்டிருக்கிறதா எனப் பார்த்துச் சிரிப்பாள். சில நாட்களில் அதைத் தொட்டு ரசித்துக் கொள்வாள். மீண்டும் அவள் என் எதிர் நின்று. ''எங்கே உன் மார்புகள்'' எனக் கேட்கும்போது என்ன சொல்வேன்?

தோழியே, உன் மார்புகள் எங்கே? அதைப் பத்திரப்படுத்திக்கொள். ஆடையிட்டு மறைத்தாலும் உனக்குள் நிர்வாணப்படுத்து. முகம் எவ்வளவு முக்கியமெனக் கவனித்துக் கொள்வாயோ அதைவிட மார்பை கவனித்துக்கொள். என் அலட்சியம் உனக்கு வேண்டாம், என் கவனக்குறைவு உனக்கு வேண்டாம், என் அறியாமை உனக்கு வேண்டாம். அதைத் தொடு, அதில் சுகம் கொள், அதன் ஒவ்வொரு அணுக்களிலும் உன் காதலை நிறைத்துக்கொள், ஒரு குழந்தையைக் கொஞ்சுவது போல் அதைக் கொஞ்சு, விலை மதிப்பில்லாத முத்தைப் போல அதற்குக் காவல் இரு, அதை விருந்தாக்கு, அதன் முனைகளில் கதை எழுது. சுதந்திரம் கொடு, முடிந்த மட்டும் அதனோடு பேசு, காமம் நிறை, கலவியில் அதை முழு ஆயுதமாக்கு, அதன் ஓசை கேள், துணை இரு, பிம்பம் பார், எத்தனை முறை அதைப் பார்த்தாலும் மீண்டும் அதைப் புதிதாகப் பார். என் நிலை உனக்கு வேண்டாம். அவள் கைகளைப் பிடித்துக் கொண்டு சொன்னேன், பெண்ணாகப் பிறந்த அத்தனை பேருக்கும்.

உதிர்வு   124

எனச் சொல்லி முடிக்கும்போது என் நினைவுகளில் என் வயிற்றில் உருவாகியிருக்கும் பிள்ளை ஒரு வேளை பெண் பிள்ளையாக இருப்பாளோ எனும் கேள்வி கண்முன் வந்து நின்றது. முதல் முறை மனம் என்ன செய்வதென்று அறியாத ஒரு நிலையை எட்டியது.

என்ன செய்வேன், ஒரு வேளை நீ பெண்ணாகப் பிறந்துவிட்டால் என்ன செய்வேன். வம்சாவழி என்று உனக்கும் புற்றுநோய் வந்துவிட்டால் என்ன செய்வேன். இறைவா இது வேண்டாமே, ஏன் சோதனை? சேது ஒருவேளை இதை நினைத்துத்தான் வேண்டாமெனக் கேட்டிருப்பானோ? பெண்ணாகப் பிறந்துவிடாதே பிள்ளையே, வேண்டாம். இந்தச் சமூகம் உனக்கான சூழலில் இல்லை. உன்னை வீட்டு வேலைக்காரியாக்கும், பிள்ளை பெறும் இயந்திரமாக்கும், உன் கனவுகளைக் கொல்லும், மோகப் பொருளாய் பார்க்கும், வஞ்சிக்கும், உன் பலவீனத்தின் வேர் தேடி அதில் ஆசையை விதைக்கும், நீ விழுந்துவிடும் கனத்தில் அது கழுகுபோல் மெல்ல தின்னும், கடமையேயெனப் படிக்க வைக்கும், சிந்திக்க வைக்கும். ஆனால், சிறகுகளைப் பறித்துக் கொள்ளும், துணைகொண்டு வாழப் பழக்கும். முடிந்தவரை எப்போதும் தனிமையின் அந்தகாரத்தில் தள்ளும். நிலா எனச் சொல்லும். தேன் என உருகும். இல்லாத பொருள் என கவரும். மாயத்தின் பிம்பம் என மோகம் கொள்ளச் செய்யும். இந்த உலகமெனக் கூட உவமையாக்கும். பின் அத்தனையும் நம்பிவிட்ட முட்டாள் என மாற்றிவிடும்.

வேண்டாம் பிள்ளையே.. இந்தச் சமூகம் உனக்கான சூழலில் இல்லை. வெளியே வா எனக் குரல் சொல்லும், ஆயிரம் கண்கள் உன்னை மேயும், அதன் வழி காமம் கொள்ளும், அதில் பாதி கரங்கள் உன்னைத் தொட முனையும், என்னதான் உயர்ந்தாலும் உன் ஒழுக்கத்தைத் தராசில் வைத்துத் தீயிட்டுப் பார்க்கும். பயம் என்னும் கூட்டில் அடைத்து ஆயுள் கைதியாக்கும். என்ன செய்வேன்? ஒருவேளை நீ பெண்ணாகப் பிறந்துவிட்டால் என்ன செய்வேன்?

பயம்! என் ஒவ்வொரு அணுவிலுமிருக்கிறது, எத்தனை வீரப் பெண்களின் கதைகள், எத்தனை போராளிகள், எத்தனை மேதைகளைக் கடந்திருப்பேன். ஆனாலும், பயம் ஏன் என்னைச் சூழ்கிறது? நாளையின் அறுவைசிகிச்சை ஒரு நாகம் போல என் கண் முன் நிற்கிறது. குளமே, என் தோழியே சொல். நான் என்ன செய்ய?, என் எண்ணங்கள் சீராக இல்லை. உன்னில் தூண்டிலிடுவது போல என் எண்ணங்களில் யாரோ தூண்டிலிடுகிறார்கள். அதில் திடம் என்னும் மீன்களைப் பிடித்து விடுகிறார்கள். எனக்குத் தைரியம் சொல். இது ஒன்றுமில்லை கடந்துவிடும் எனச் சொல். ஒரு கோழையாக உன்னில் வந்து மூழ்கிவிட நினைத்தேன், எத்தனை பயித்தியக்காரத்தனங்கள். ஆம் பயித்தியக்காரத்தனங்கள், இப்போதும் அப்படித்தான், வீணான சிந்தனைகளில் அடித்துச்செல்லப்படுகிறேன். எங்கோ பிறந்து எங்கோ போகும் ஒரு பயணம், பாதியில் இறங்கிவிடு என உயிர்பயம் கொள்ளச்சொல்கிறார்கள்.

நான் அமர்ந்திருந்த கல்திண்டை நோக்கி யாரோ நடந்து வருவதாக இருந்தது. இருட்டில் அந்த உருவம் நடப்பதை பார்த்ததும் பட்டாளம் சார் தானென அறிந்துகொண்டேன். அவரின் செயற்கைக் கால் நடையை நன்கறிந்திருந்தேன். பல முறை என்னைக் குளக்கரையில் அமர்ந்திருப்பதை பார்ப்பதால் அவரும் தூரத்திலிருந்தே.

"எந்தா நந்தவள்ளி உறங்கலியா"

எனச் சத்தமாகக் கேட்டுக்கொண்டே வந்தார். நான் பயந்துவிடக் கூடாது; அவர்தானென எனக்கு முன்னறிவிக்கும்படி குரல் என்னை வந்து சேர்ந்தது. நான் தனிமையை துறக்கும் மன நிலையில்தான் இருந்தேன், அவர் வரவை மனம் விரும்பினது. வெகுநேரமாக அழுகையை அடக்கிக் கொண்டிருந்ததால் பதில் கூற குரல் வரவில்லை, என் வலது கையை உயர்த்தி அவரை வரவேற்றேன்.

ஒரு நண்பனைப் போல என் அருகில் வந்து அமர்ந்தார். "மரியம்மாள் சொல்லிடிச்சு, கவலப்படக்கூடாது கேட்டியா"

உதிர்வு 126

நான் பதில் ஏதும் கூறாமல் அமர்ந்திருந்தேன்,

''நாளை ஆப்பரேசனுக்கு ஞானும் வராம். ரெண்டு நாள்ல சரியாகிடும். பயப்படாத'' என ஒரு அப்பாவைப் போல என் முதுகில் தட்டிக் கொடுத்தார். அவர் பட்டாளத்தில் அதாவது இராணுவத்தில் இருந்த கதையை அடிக்கடி சொல்லுவார், இன்றும் அவர் எனக்கு அதைச் சொல்லுவாரென எனக்குத் தெரிந்திருந்தது, அதை மீண்டும் கேட்கவும் ஆர்வமாக இருந்தேன். அதில் அவருக்கு ஒரு பெருமை உண்டு. எப்போதும் புதிதாகக் கேட்பது போலவே கேட்பேன், அந்த மனிதனுக்கு வேறு என்ன செய்துவிட முடியும்?.

''நான் மிலிட்டிரில இருந்திச்சு இல்லைய்யா? அப்போ, ஏழு பேர் இருந்த தனிப்பட்ட டீம்ல லீடரா இருந்திச்சு, ஐந்து பசங்க இரண்டு பொண்ணுங்க. எங்க டீம் நூறு பேருக்கு ஈக்குவல். ஒரு தடவ எல்லோரும் மலை ஏறி பழக வடமேற்கு எல்லைக்கு டிராவல் பண்ணிச்சு. எதிர்பாக்காம ஒரு மிசையில் எங்க வண்டியோட முன் சக்கரத்தல ஹிட் பண்ணி வெடிச்சாச்சு. வண்டி தலைகீழா சுற்றி, இருநூறு அடி பள்ளத்தில் பாறைகளில் உருண்டு அப்பளம் போல நொறுங்கி விழுந்திச்சு. பேருந்து தீப்பிடிச்சது. கண் திறக்கான் முடியாத புகை, தீயோட அனல் அதிகமாகிட்டே, பேருந்து தலைகீழா கிடந்திச்சு, என் இடது கால் உடைந்து சீட்டுக்கும் வண்டி அடிபாகக் கம்பிக்கும் இடையில் மாட்டித் தலைகீழாகத் தொங்கிக் கிடந்திட்டேன். என் கால் சட்டை அந்தக் கம்பியில பிணைந்திருந்ததுனால தோல் கிழிஞ்சு கால் கிழிஞ்சிடாம இருந்தது. மேலே மாட்டிருந்த கால்சத கிழிஞ்சு உடைஞ்சு எலும்பு தெரிஞ்சது. 'இந்த காற்றில் ஒடிஞ்சு உரிந்து தொங்குற மரக்கிளை போல' அது திரிஞ்சு தொங்கிட்டுது. அதன் வலி மொத்தமும் நரம்புகள் வழி தலைக்குள்ள போயிடிச்சு. கண்கள் வெடிச்சிடும் போல இருந்த எனக்குக் கீழ என்கூட இருந்த ஏழு பேரும் உடல் கிழிஞ்சு கிடந்தாங்க. என் வலது காலும் உடைஞ்சிருக்க வேணும் எலும்பின் வேதனை தாங்கமுடில.

திடீரென்று கீழே ஒரு உடல் அசைஞ்சாச்சு, அது நீரஜ், அவன் மரிச்சு னு நினைச்சேன். அவன் கிடந்த விதத்தைப் பாத்தாச்சுன்னா முதுகெலும்பு உடைஞ்சிருக்கணும். மனைவி கருவுற்றிருக் கிறாளெனப் போன வாரம் தான் சொல்லிச்சு, எல்லாரும் அதை ஒன்றாகக் கொண்டாடினோம். மரிச்சுக் கிடந்த மற்றவங்க எல்லாரும் சின்ன வயதுக் காரங்க. அந்த வண்டி முழுசா எரிந்து வெடிக்க ஐந்து முதல் பத்து நிமிசம் இருந்திருக்கும்.

என்ற இடது காலில் மீதமிருந்த சதையை கிழித்துவிட்டால் கால் துண்டாகிடும். வலது காலால் கூரையை மிதித்து என்னால காலைத் துண்டாக்கி வெளியே உருவிவர முடியும். ஆனா, அந்த வலியை என்னால தாங்கிட முடியுமா என எனக்குத் தெரியாது. ஒரு வேளை மயங்கிடலாம். உருவும்போது தலை கீழாகக் கீழே விழுவேன். கழுத்து உடையலாம். இதச் செய்து ஒருவேளை எனக்கு நினைவும், பலமும் இருந்தா நீரஜை என்னால் காப்பாற்ற முடியும். நாட்டுக்காக வந்த இந்தப் பிள்ளைகளில் ஒருத்தரயாச்சும் காப்பாற்றிய திருப்தியை வச்சு இந்த வாழ்க்கையை வாழ்ந்திடும். அவன காப்பாற்ற முயற்சி செய்யாமல் ஒரு வேளை மரிச்சுதுனா என் மனச்சாட்சியிடம் என்ன பதில் சொல்லுவேன்?. எதையும் யோசிக்கல. என் இடுப்பில மாட்டியிருந்த பிஸ்டலை எடுத்து என் இடது காலின் எஞ்சிய தோலையும், நான் விழுந்துவிடாதபடி பிடிச்சிருந்த கால் சட்டையையும் சுட்டேன். பிறகு கத்தியால் காலை அறுத்திட்டு கீழே விழுந்தேன்.

எந்த இடம் வலிக்குதுனு அறிய முடியாதபடி உடலெல்லாம் வலிச்சது. கண் இருட்டி மீண்டும் வெளிச்சம் வந்ததும், ஒரு பக்கம் பார்க்க முடியல. நீரஜ் நீரஜ் என அவனைக் கூப்பிட்டேன், என் தொண்டையில் சப்தம் வரல.

தீ அதிகமாயிடிச்சு, என் கால இறுக்கமாக் கட்ட முயற்சித்தேன். என்னால முடியல. என் உடம்போட வலியை எல்லாம் எடுத்து காலில் கட்டிட்டேன். ரத்தம் வெளியேறாமல் தடுக்க முடிஞ்சது.

அப்போ, நீரஜை பிடித்து இழுத்தேன், என்னால் அவனை இழுக்கான் பற்றில்லா. அவன் கையைப் பேருந்தின் பின்னே சன்னலோடே வெளியே வைத்துவிட்டு, நானும் அதே சன்னல் வழி உருண்டு வெளியேறிட்டேன். பின்ன என்ற வலது காலை வண்டியிலு மிதிச்சு அவனே வெளியே இழுத்தேன். என்னோட ஒவ்வொரு இழுவைக்கும் என் காலிலிருந்து இரத்தம் வடிஞ்சிட்டிடுது.

நான் நீரஜை வெளியே இழுத்துப் போட்டதும், அவன் இறந்துட்டான். என் வாழ்கையிலு சபிக்கப்பட்ட நேரம் அது. நானும் மரிக்கான் முடிவு செய்து எந்த அசைவுமின்றி என் கண்ணை மூடி கிடந்தாச்சு. உயிர் போகல. மருத்துவமனை மருந்துகள் என்று முடங்கிய என் லைப்ல, நான் எதுக்கு உயிரோட இருக்கேன்னு பல முறை யோசிச்சிருக்கேன். ஏன் என்கிற ஒற்றை கேள்விக்கு என்னால பதில் சொல்ல முடியல. ஆனா நியான் போராளி! என் வாழ்க்கையில நான் எப்படி தோற்றுப் போகும்? ஒருவேளை இந்த இரத்திரிலு அதை உன்னிடம் சொல்லேதுக்கு கூட இந்த வாழ்க்கை என்னை உயிரோடு வைத்திருந்திருக்கலாம்.

வாழ்க்கை நாம் பிறக்கும் போதே நம்ம கையில கொடுக்கப்பட்ட, எதுவும் எழுதப்படாத ஒரு புத்தகம் பிள்ளே, அதுல நாம எதையும் எழுதலனாலும் வாழ்க்கை அதுல நமக்கான வரிகளை ஒவ்வொரு நொடியும் எழுதிவிடும். நாம சுவாசிக்கிற மூச்சை கூட அது அதில் பதிவு செஞ்சிடும். அத நாம படித்து ஒவ்வொரு பக்கங்களை கடந்து போக வேண்டியிருக்கும், அத்தியாங்களை கடந்து போக வேண்டியிருக்கும். ஆனாலும், நம்மளால அத மாற்றியும் எழுத முடியும், புதிய அத்தியாயங்கள் எழுத முடியும், எப்போ வேணும்னாலும் எழுத முடியும். வாழ்கைய அதன் போக்கில எழுதவிடணுமா? இல்ல அத நாம எழுதணுமானு? நாம தான் முடிவு செய்யணும்.

எனச் சொல்லிக்கொண்டு அவர் எழுந்து நின்று இருமிக்கொண்டே தொடர்ந்தார், நீரஜோட பையன் என்ன ஸ்டீல்லெக் தாத்தானு

கூப்புடறான். அவன் அப்பாவோட கதைகள் நான் அவனுக்கு தினமும் சொல்றேன். அந்த சின்னபைய்யனோட புத்தகத்தின் பக்கங்களில் அவன் அப்பாவையும் நிரப்பறேன். அதுக்காவாச்சும் நான் உயிரோட இருக்கிறத நினச்சு சந்தோசிக்குன்னு.

''நாளை ஆப்பிரேசனு பயக்கண்டா கேட்டயா'' என என் தலையைத் தடவிவிட்டு வீட்டை நோக்கி நடந்தார்.

இன்று சொன்ன நிகழ்வை அவர் இதுவரை சொன்னதில்லை. துப்பாக்கி வெடித்ததும், ஆடு திருடியதும், மேகி சாப்பிடுவதும், வான வேடிக்கை கதைகளையே சொல்லுவார். எனக்கு அவரின் இந்த மீழ் வாழ்க்கையை கேட்டபிறகு என் வாழ்க்கை புத்தகத்தின் பக்கங்களின் வரிகள் புலப்பட்டன. நானே இனி வரும் பக்கங்களை எழுத நினைத்தேன். என் வாழ்கையில் இது வெறும் ஒரு அத்தியாயம் தான் என்பதை உணர்ந்தேன். மனதில் அவருக்கு நன்றி சொல்லிக் கொண்டேன். மனம் புது தெம்பை அடைந்திருந்தது. என் அறுவை சிகிச்சை ஒன்றுமே இல்லை எனப்பட்டது. இனி யோசித்து கவலை பட ஒன்றுமில்லை எனப்பட்டது, நிற்காமல் ஊற்றிக் கொண்டிருந்த கண்ணீர் இப்போது நின்றிருந்தது. என் உடலிருந்து புற்றுநோயை அப்போதே எடுத்துக் களைந்தது போல இருந்தது. நாளை வெறும் சிகிச்சைதான். உடலைவிட மனதிற்கே அறுவை சிகிச்சை தேவைபட்டிருந்தது.

என் செல்வமே நீ பெண்ணாக இருந்தாலும், ஆணாக இருந்தாலும் இந்த மண்ணில் பிறந்து இந்த வாழ்கையின் அர்தத்தை கண்டுகொள்ளும் நாள் வரும் அதற்காய் அதுவரை இயற்கை நம்மைப் பயணம் செய்யவைக்கும். நீ பிறந்து வா ஒன்றாக எதிர்கொள்வோம் என நாளைக்குள்ளாய் உறுதியுடன் கடந்தேன்.

அறுவை சிகிச்சை

காலை என் மனம்போல் தெளிவடைந்திருந்தது, வான் முழுதும் நீலம் நிரம்பி மங்கலில்லா பொழுதாகியிருந்தது. சேது பயந்திருந்தான், நான் மருத்துவமனைக்கு அறுவை சிகிச்சைக்காகச் செல்ல ஆயத்தமாகிக் கொண்டிருந்தேன். உடைகள், வேண்டிய சாமான்களை எடுத்து பையில் வைத்தபடி அங்கும் இங்குமாக நடந்தேன். என்னிடம் அவன் ஏதேதோ சொல்லி என்னைத் தயார்படுத்த முயன்றான். நான் சிரித்தேன், அவனுக்கு ஒன்றும் புரியவில்லை, ஒரு இரவில் என்ன நடந்திருக்குமெனக் குழம்பினான். நானே அவனுக்கு mastectomy என்னும் மார்பக அறுவை சிகிச்சையைப் பற்றிச் சொன்னேன். அவன் உலகில் அதைக் கற்பனை செய்ய முயற்சித்தான்.

"எப்படி இதைச் சாதாரணமா எடுத்துக்குற?"

பிறக்கும்போது நான் என்ன மார்போடையா பிறந்தேன்? இல்லை தானே! மீண்டும் என்னைச் சின்னப்பெண்ணாக மாற்றுகிறார்கள். பள்ளிக்கூடத்தில் சுற்றி திரிந்த அந்த ஒன்றுமறியாச் சிறுமியாகவே என்னைப் பார்க்கிறேன் சேது. நீ கவலைப்படாத. எனக்குக் கவலை இல்லை என்றில்லை. நம் குழந்தைக்கும் எனக்கும் அதை அகற்றுவதுதான் பாதுகாப்பும் சரியான சிகிச்சையும். நான் இந்த உலகில் இருக்கும் நோக்கம் நிறைவேறும் நாள் வரும்.

அதுக்காகவாவது உயிரோடு இருக்க வேண்டுமில்லையா? என அவனைப் பார்த்து மீண்டும் சிரித்தேன்.

எல்லாம் எடுத்து வைத்துவிட்டு, நான் குளிச்சிட்டு வந்திடறேன்; சீக்கிரம் கிளம்பிடலாமெனச் சொல்லிவிட்டு குளியலறைக்குள் நுழைந்தேன், ஆடை களைந்தேன். கண்ணாடியைப் பார்த்துவிடக் கூடாது என மனதை இறுக்கிக் கொள்ள முயன்றேன். கவலை இல்லைதான். ஆனாலும், மனதின் ஓரத்தில், என் உடலில் ஒட்டியிருக்கும் இந்த உறுப்பை இன்று அகற்றி விடுவார்கள் என்ற எண்ணம் இப்போது வளர்ந்து பெருகி மனம் முழுதும் நிரம்பிக் கொண்டது. மனம் ஒரு விசித்திரம்தான். அதைக் கட்டுபடுத்துதல் கூடாத காரியம் என அறிவு சண்டையிட்டது. அறுவை சிகிச்சையைப்பற்றிச் சின்னதாக ஒரு பயம். எப்போதாவது காய்ச்சலுக்கு ஊசி என்றாலே எனக்கு ஒன்னுக்கு வந்துவிடும். இந்த நாளைக் கடக்க வலிமை வேண்டும்.

மனம் மார்பை பார்க்க நினைத்தது. கண்ணாடியில் பிம்பமாக என் இளவயதுக்காரி நின்றிருந்தாள். அவளுக்கு மார்புகள் இல்லை. கபடமில்லா சின்னப்பெண். அவளிடம் கவலை இருக்கவில்லை. புன்முறுவினாள். என் மனம் சின்னதான ஒரு நடுக்கத்துடன் அமைதி கொண்டிருந்தது. மார்புகளைப் பிடித்துப் பார்தேன். சேதுவுடனான பல ஆசை நிமிடங்கள் கண்முன் தோன்றி மறைந்தன, முதல் முறை அவன் என் மார்பை தொட்டு உணர்ந்தது நினைவில் வந்தது. அவன் உலகில் இருந்த என் உருவத்திற்கு மார்புகள் அன்று தான் பிறந்தன. வீடு மனதில் வந்து போனது. பள்ளியில் சில முறை பிரம்பு வாத்தியார், கையைக் கிள்ளுவதுபோல குறுக்கே கைவைத்து மார்பில் தேய்த்ததும் நினைவில் வந்தது. எத்தனை கண்கள் இதை மேய்ந்திருக்கும். என் மார்புகளை அகற்றும்போது இந்த நினைவுகளையும் நீக்கிவிட்டால் நலமாக இருந்திருக்கும். சேதுவிற்கு கண் தெரிந்திருந்தால் கடைசியாக ஒருமுறை அவனுக்குக் காண்பித்திருப்பேன். இப்போ மட்டுமென்ன,

சேதுவை அழைத்தேன்: என்ன என்பதுபோலப் பதற்றத்துடன் வந்தான். அவன் கைகளைப் பிடித்து என் மார்பில் வைத்துக் கொண்டேன். "சேது நாளை இது இருக்காது. உன் நினைவுகளில் இதை மாய்ந்து போகாதபடி பதித்துக்கொள். ஒரு வேளை உன் காமத்திற்கு மார்புகள் தேவைப்பட்டால் என்னால் அதைத் தர இயலாது." சேது என் வாயை மூடினான். என்னைக் கட்டி அணைத்துக் கொண்டான். நடுப் பாலைவனத்தில் ஒரு மேகம் அணைத்துக்கொண்டது போல இருந்தது.

மருத்துவமனை வரும் வழியெல்லாம், அறுவை சிகிச்சை வேண்டாம், அப்படியே திரும்பிவிடலாம்; வாழும் வரை வாழ்ந்து சாவோம் என்னும் சித்தாந்தம் எனக்குள் குமிழிபோல வந்து வந்து மறைந்தது. முடியாத ஒன்று. ஒருவேளை அறுவை சிகிச்சை செய்யாமல் போனால், புற்று மற்ற உறுப்புக்களையும், குழந்தையையும் பாதிக்கும். அறுவைசிகிச்சை தவிர்க்க முடியாதது என்பதையும் மனம் குமிழிகளோடு சண்டையிட்டது.

மருத்துவமனை வந்து பதிவு செய்யுமிடத்தில், செவிலியரிடம் அறுவை சிகிச்சைக்காக வந்திருக்கிறோம் எனச் சொன்னோம். சத்தியன் மருத்துவரைச் சந்திக்கும் முன் சில பரிசோதனைகள் செய்ய வேண்டும் எனச் சொல்லி என்னைத் தயார்ப்படுத்தினார்கள். பின் மகப்பேறு மருத்துவர் வெண்பாவைச் சந்திக்க அழைத்துச் சென்றார்கள். போகும் வழியில் குழந்தையைக் கருவுற்றிருந்த பெண்கள் அமர்ந்திருந்தார்கள். அவர்கள் நடுவில் மெதுவாக நடந்து கொண்டிருந்தேன். சேது என் பின்னால் வந்து கொண்டிருந்தான். எங்கள் இருவரையும் எல்லோரும் திரும்பிப் பார்ப்பதாக இருந்தது. அறைக்குள் நுழைந்ததும் மருத்துவர் வெண்பா சில பொதுவான பரிசோதனைகளும், பின் யூட்ரஸ் பரிசோதனையும் செய்தார். அறுவைசிகிச்சை செய்யலாம் என ஒப்புகை செய்தார். பின் என்னைப் படுக்கை இடப்பட்ட காத்திருப்பு அறையில் ஓய்வெடுக்கச்

சொன்னார்கள். செவிலியர் ஒருவர் நோயாளிகள் அணியும் ஆடையை எடுத்துவந்தார். முன்னால் பட்டன்கள் இல்லாமல் கயிறு வைத்துக் கட்டும் அங்கி போல நீல நிறத்திலிருந்தது. நான் என் ஆடைகளைக் களைந்து அதை மாட்டிக்கொண்டதும் இரு மலைகளை இணைக்கும் ஒரு தொங்கும் பலகைப் பாலத்தின் ஒரு முனையில் நிற்பது போன்ற உணர்வு எனக்குள் வந்தது.

சிறிது நேரத்தில் மயக்கமருந்து தரும் மருத்துவர் வந்தார், மயக்க மருத்துவத்தின் விதிகளையும் அதன் விளைவுகளையும் விவரப்படுத்தினார். நான் கருவுற்றிருப்பதால், அறுவை சிகிச்சை செய்யும் பகுதியை மட்டும் இறுக்கப்படுத்துவதாகச் சொன்னார்.

பின் என்னிடமும் சேதுவிடமும் ஒரு தாளில் சிகிச்சை புரிதல் மற்றும் அதன் விபரம், அபாயம் போன்றவற்றை நன்கறிந்து ஒப்புதல் தருவதாகக் கை எழுத்து இடத் தந்தார்கள். இனி எனக்கும் என் மார்புக்கும் சம்பந்தமில்லையென எழுதிக் கொடுப்பதாக இருந்தது. என் முன் வேறு வழிகள் இருக்கவில்லை.

இப்போது நான் அந்தப் பாலத்தில் நடப்பதாக இருந்தது. நான் ஒவ்வொரு அடி நடக்க நடக்க பின்னால் பாலம் உடைந்து மாய்ந்து கொண்டிருந்தது. சேது வெளியே அவன் அம்மா, அண்ணன், அண்ணி, பிள்ளைகள். பட்டாளம் சாரும், மரியம்மாளும் வந்திருப்பதாகச் சொன்னான். எனக்கு மனம் தைரியப்பட்டது. ஒருவேளை எனக்கு ஏதுமானது என்றால் சேதுவைத் தேற்ற அவர்கள் உண்டு என மனம் எண்ணிக் கொண்டது. கட்டியை அகற்றுவது எளிய நடைமுறைதானெனப் பலமுறை எனக்குச் சொல்லப்பட்டிருந்தது. ஆனாலும், என் மனம் ஊசியிடப் பயப்படும் பிள்ளைபோல அடித்துக்கொண்டது.

நான் எழுந்து கதவருகே சென்று வெளியே இருந்த எல்லோரையும் ஒருமுறை பார்த்தேன், நடைபாதை கடந்து சற்றுத் தொலைவில்

இடப்பட்டிருந்த நாற்காலியில் அமர்ந்திருந்தார்கள். எனக்கு அந்தக் காத்திருப்பவர்கள் அமரும் நாற்காலிகளில் ஒரு இடம் தாருங்கள் எனக் கேட்கத் தோன்றியது. இப்போது சேதுவையும் வெளியே சென்று அமரச் சொன்னார்கள். ஒரு செவிலியர் கைபிடித்து அழைத்துச் சென்றார். வாழ்க்கையில் மிச்சமிருந்த தைரியத்தை வரவழைத்து அந்தப் பாலத்தில் தனியாக நடக்க மனதை தேற்றிக் கொண்டேன்.

செவிலியர் ஒருவர், கையில் ஒரு தட்டில் தண்ணீர் மற்றும் சவரக்கத்தியுடன் வந்து அறைக்கதவைச் சாத்தினார். எனக்குப் புன்னகை செய்துவிட்டு உள்ளே வந்து தட்டை அருகில் வைத்துவிட்டு. ''ஏன் இப்படி பயந்திருக்கீறீங்க? பயப்படாதீங்க அக்கா'' என்றாள். அப்போது தான் அவள் வயதைக் கணக்கிட்டேன். சின்னப் பெண் திருமணமாகியிருக்கவில்லை. என் கண்கள் என்னை அறியாமலே அவள் மார்பைப் பார்த்தது. ஏன் பார்த்தேன் எனக் குற்றவுணர்வு கொண்டு தலையைத் திருப்பிக் கொண்டேன். நான் எதுவும் பதில் சொல்லவில்லை. முகத்தில் சின்னதாகப் புன்னகை வரவழைக்க முயற்சி செய்தேன்.

''அக்கா, நீங்க எத்தனை மாசம்?''

''இது நான்காவது மாதம்''

அவள் பேசிக்கொண்டே என் மார்பு, அதன் சுற்றுப் பகுதி, அக்குள் எனச் சவரம் செய்யத் துவங்கினாள்; அவளுக்குப் பேச நிறைய இருந்தது. என்கூடவே வளர்ந்தது போல, அன்னியத்தை குறைத்துக் கொண்டிருந்தாள். அவள் பணி முடித்ததும், என் ஆடையை மூடிவைத்தாள். எனக்குள் மார்பை ஏன் மறைக்கிறோம் எனக் கேள்வி வந்தது. நான் அவள் கைகளைப் பிடித்து ''நானே கட்டிக்கிறேன்'' என்றேன். அவள் சிரித்துவிட்டு சென்ற பிறகு நான் மார்பை மறைத்துக் கட்டிக்கொள்ளவே இல்லை.

சத்தியன் மருத்துவர் வந்தார், பரிசோதனை முடிவுகளைப் பார்த்துவிட்டு ''வீ ஆர் குட் டு கோ,'' எனச் சொல்லிவிட்டு, ''என்

பக்கம் திரும்பி நீங்க தளர்வா இருங்க, பயப்பட வேண்டாம்'' என்றார். எனக்கு எத்தனை முறை இந்த வார்த்தையைக் கேட்பது. எனக்குப் பயம் என்பதைத் தாண்டி, வேறு உணர்வுகளின் கேள்விகள் பல முளைத்துப் பதில் இல்லாமல் அலைந்துகொண்டிருக்கிறது என்று அவர்களிடம் எப்படிச் சொல்வேன்?

நான் நடந்து கொண்டிருந்த பாலத்தின் மறு ஓரம் நெருங்கிக்கொண்டிருந்ததை அறிந்தேன். என் பின்னால் எதுவுமிருக்கவில்லை; எல்லாம் மாய்ந்து போயிருந்தன.

மருத்துவர், அருகிலிருந்த செவிலியரிடம் ''மார்க்கர்'' கேட்டார். என்னைப் படுக்கச் சொல்லிவிட்டு மார்க்கரை எடுத்து என் மார்பில் கோடிடத் துவங்கினார். எனக்கு நான் விழித்திருக்கும்போதே கத்தி வைத்தது போலிருந்தது. உடல் கூசிற்று. நான் கண்களை மூடி, தலையைத் திருப்பிக் கொண்டேன். மருத்துவர் வேகமாக அங்குமிங்குமாகக் கோடுகள் வரைந்து முடித்தார். நான் தலை தூக்கி அதன் தடங்களைப் பார்க்க முயற்சித்தேன். அக்குள் பகுதி தொடங்கி கோடிட்ட வரிகள் காம்பிற்கு மேலாகக் குறுக்கே இருந்தன. அங்கங்கே சில புள்ளிகள் வைக்கப்பட்டிருந்தன.

''ஐவி மெடிகேசன் ஆரம்பிச்சிடுங்க, மயக்க மருந்து தரும் மருத்துவரை வரச் சொல்லிடுங்க எனச் சொல்லிவிட்டு, உங்கள அறுவை சிகிச்சை அறைக்குக் கூப்பிட்டு வருவாங்க'' எனச் சொல்லிவிட்டு மருத்துவர் வெளியேறினார்.

''என்ன, பின்ன பிக்னிக்கா கூப்பிட்டு போவாங்க'' என மனம் கோபப்பட்டுக் கொண்டது.

மயக்கமருந்து தரும் மருத்துவர் வந்து மார்புகளை சுற்றி இரண்டு ஊசிகளிட்டார். பின் என் ஐவி வழி ஒரு மருந்தைச் செலுத்தினார். நான் உடனே மயங்கிவிடுவேன் என நினைத்திருந்தேன். எனக்குள் எந்த மாற்றமும் நிகழ்ந்ததாகத் தெரியவில்லை. திடீரென்று எனக்கு

உதிர்வு 136

முன்பாகப் பச்சை நிற உடையில் சிலர் நின்றிருந்தார்கள். என் மார்பில் படும்படியாக விளக்கை எரியவிட்டிருந்தார்கள். ஏதோ திரவம் ஒன்றைப் பஞ்சில் வைத்துத் தேய்த்தார்கள். என் மார்பில் ஏதும் உணர்விருப்பதாகத் தெரியவில்லை. நான் அறுவை சிகிச்சை தொடங்கிவிட்டார்கள் எனப் புரிந்துகொண்டேன். மருத்துவர்கள் ஏதேதோ மார்பைப் பற்றின வார்த்தைகள் சொன்னார்கள். அது எங்கு இருக்கிறது என நான் என்னுள் கற்பனை செய்ய முயற்சித்தேன். என் அறுவை சிகிச்சையை மூன்றாம் நபர்போலப் பார்ப்பதாகக் கற்பனை செய்து கொண்டேன். மருத்துவர்கள் திடீரென்று சிரித்தார்கள்: நான் ஏன் என்பது கூடத் தெரியாமல் அவர்களுடன் சிரித்தேன்.

சத்தியன் மருத்துவர் என்னையும் சேதுவையும் பற்றிக் கேட்டார், அவர்களுக்கு என் காதல் கதை சொன்னேன். அறை குளிர்ந்தது, அருகே கருவிகளின் சத்தம் கேட்டது. என் மூக்கில் மூச்சுக்கருவி இருப்பதை இப்போது தான் உணர்ந்தேன். அவ்வப்போது உணர்வுகள் மேலெழுவதும் பின் கனவுபோல மாறுவதாக இருந்தன. என் கற்பனையாகக் கூட இருக்கலாம். மருத்துவர்கள் என்னிடம் எனக்கு பிடித்த நடனத்தைப் பற்றி பேசினார்கள். நான் சலங்கைகளைப் பற்றி வெகு நேரமாகப் பேசினேன் என நினைக்கிறேன்.

சிறிதுநேரம் யாரிடமும் எந்த அசைவுமில்லை. அவர்களுக்குள் ஏதோ என் வலது புற மார்பைப் பற்றி பேசிக்கொண்டார்கள். என் கணவனிடம் அனுமதி பெறச் சொன்னார்கள். சேது சம்மதம் சொன்னதாகச் சொல்லிக்கொண்டார்கள். எனக்குப் என்ன நடக்கிறது எனப் புரியவில்லை. நானே மருத்துவரிடம் அதைப் பற்றி கேட்டேன்.

"உங்கள் வலது மார்பின் 'லிம்ப் நோடிலும் புற்று' நோயின் பரவல்கள் தெரிகிறது; அதனால், உங்கள் வலது மார்பின் சில பகுதிகளையும் அகற்றுவது நல்லது, இல்லை என்றால் புற்று மீண்டும் வளர வாய்ப்பிருக்கிறது" எனச் சொன்னார். இன்னொரு முறை இந்த சிகிச்சை முறைகளை மீண்டும் செய்ய வேண்டியிருக்கும்.

குழந்தைக்கும் அது பாதிப்பை தரும். இப்போதே வலது மார்பையும் அகற்றுவதையே நான் பரிந்துரைப்பேன் எனச் சொன்னார்.''

என் குழந்தைக்கு பால் தர இயாலாதா? எனக் கேட்டேன், சில நொடிகளின் மௌனத்திற்குப் பிறகு,

''அந்த மார்புகள் இருந்தாலும் கீமோதெரப்பி தர வேண்டியிருக்கும்; அப்படி கீமோ தெரப்பி தந்தால் பாலூட்ட முடியாது'' என்றார்.

நான் எதுவும் பதில் தரவில்லை; நந்தவள்ளியென மருத்துவர் அழைத்தார், வலது மார்பை அகற்ற உங்களுக்குச் சம்மதம்தானா எனக் கேட்டார், நான் தலையை மட்டும் ஆமாம் என்பது போல ஆட்டினேன். நான் கண்களை மூடிப் பாலத்தில் மறுகரை எட்டியிருப்பதை அறிந்துகொண்டேன். அந்த மலையின் மரங்கள் தண்ணீரற்றுக் காய்ந்து போயிருந்தது. மண் கருமை ஏறி, பார்க்கும் இடம் முழுதும் சாம்பல் நிறமாக இருந்தது. நான் நின்று திரும்பி, வந்த இடத்தைப் பார்த்தால் கரு மேகங்கள் சூழ்ந்திருப்பதுபோல எங்கும் சாம்பல் நிறத்தில் பனி மூடியிருந்தது.

ஆழ்மனம்

யாரோ ஒருவரின் கரம் என் கைகளின் உணர்வின் நாளங்களைத் தொட்டுப் பார்த்து அசைத்ததும், என் விழிகள் சலனமற்றுத் திறந்தன. எங்கும் சாம்பல் நிறம். நான் வீட்டின் அறை கட்டிலில்தான் படுத்திருந்தேன். ஆனால், அறை இல்லை. கண் எட்டும் தூரம்வரை சாம்பல் நிற வெட்டாம்தரை ஒருபுறம்: சற்று தூரமாய் வானை முத்தமிடும் கருநிற மலை. அதிலிருந்து ஆர்ப்பரித்துக் கொட்டும் தங்க நிற அருவி. அது ஆறாகப் பாய்ந்து நான் படுத்திருந்த கட்டிலின் எல்லாத் தொலைவிலும் வளைந்து, கரு நிறப் பூமியில் தங்க நிற ஓவியம்போல இருந்தது.

அறைக் கதவும், சாளரமும் காற்றில் மிதந்து மெதுவாக அசைந்து கொண்டிருந்தன. என் போர்வையை விலக்கிக் கொண்டேன். நான் சிகப்பு நிறச் சேலை அணிந்திருந்தேன், அதன் முந்தானைத் தொங்கலின் நீளம் பரந்து நீண்டு பாய்ந்தோடும் ஆறுபோலப் பல அடிகளுக்கு அதிகமாக இருந்தது. அது கரும் மண்ணில் கிடந்தபடி காற்றில் ஆடிச் சுருள்வதும் பின் விரிவதும், சில நேரம், மேல் எழும்புவதும் பின் கீழே விழுவதுமாக இருந்தது. நான் என்னை யார் தொட்டார்கள் எனக் கட்டிலில் அமர்ந்தபடி எல்லாத் திசைகளிலும் என் பார்வையைச் செலுத்தினேன்.

என் பின்னால் சற்று தொலைவில் ஓடிக்கொண்டிருந்த தங்க நதியின் ஓரத்தில் கால் மடித்து முட்டியில் அமர்ந்தபடி, சிறுமி ஒருத்தி தூண்டிலிட்டு மீன் பிடித்துக்கொண்டிருந்தாள். அவளுக்கு சற்றருகில் சிறு வயதில் என் கனவில் வந்தது போன்ற ஒரு குதிரை நின்றிருந்தது. நன்கு உற்றுப் பார்த்தபோது அந்தச் சிறுமி வேறுயாருமில்லை; நான் தான். கண்ணாடியில் நான் பார்த்த என் சிறுவயது பிம்பம் அவள்.

அவள் தான் என்னை எழுப்பி இருக்க வேண்டும். அவள் தான் என்னை இங்கு அழைத்து வந்திருக்க வேண்டும். நான் எப்படி வந்தேன்? இது என்ன இடம்? நான் இங்கு என்ன செய்கிறேன்? அவள் மீன் பிடிக்கும் நதி ஏன் தங்க நிறத்தில் இருக்கிறது? இவை எதற்கும் பதில் அறியேன். தொலைவில் தெரிந்த கரும் மலையிலிருந்து பேரிரைச்சலாக விழுந்த அருவி பாறைகளைக் கிழிக்க நினைத்துச் சிதறிக் கொண்டிருந்தது. அருவி நீர், தங்கத்தை பழுக்கக் காய்த்து உருக்கி ஊற்றினது போலத்தான் இருந்தது.

சிறுமி சிரிப்பதும், குதிரையின் கனைப்பும் காற்றில் ஒலி அதிகமாகி குறைந்து மீண்டும் அதிகமாகிக் கேட்டது. இருவரும் எதுவோ பேசிக்கொள்வது போல இருந்தது. நான் கட்டிலிலிருந்து எழுந்து என் சேலையை முழுமையாகச் சுருட்டிப் பிடிக்க முயன்றேன். இழுக்க இழுக்க, சேலை கேள்விகள்போல வந்து கொண்டே இருந்தது. போதும் என நிறுத்திவிட்டு சிறுமியைப் பார்த்து விரைந்தேன்.

என் கால்களின் சத்தம் அவளை எட்டினது போல, என்னைத் திரும்பிப் பார்த்தாள். ஆனால் நான் வெறும் காலில் கரும் மணற்பரப்பில் நடந்திருந்தேன், யோசனையின் மௌனத்தில் நடந்திருந்தேன். அவளுக்கு என் கால் அசைவின் சத்தம் கேட்டிருக்க வாய்ப்பே இல்லை. என் அசைவை அவள் அறிந்திருந்தாள். என்னைப் பார்த்து மெதுவாக என்பது போலச் சைகை செய்தாள். மீன்கள் கலைந்து விலகிவிடும் என்று, என்னிடம் பேசாதே என்பது போல வாயில் கைவைத்து அமைதி காக்கச் சொன்னாள். நான் எதுவும்

பேசவில்லை. அவளிடம் எதுவோ கேட்க வேண்டும் என வந்த நான், உறைந்து நின்றேன். அவளின் அந்த முக்கியமான பணி என்னால் தடைபட்டுவிடாதபடி நான் தயங்கி நின்றேன். மீன் பிடிபடப்போவது போல அவள் ஆர்வமாகத் திரும்பி நதியை, பிடித்திருந்த தூண்டில் கயிற்றைப் பார்த்தாள்.

சட்டென்று தூண்டில் கயிறு இழுபட்டதும், மெதுவாக ஆரம்பித்து வேகமாகக் கயிறை மேல் இழுத்தாள். அது தூண்டில் இல்லை. அது நெய்த பெட்டி போன்ற கூடை. மூடப்பட்டிருந்தது. நான் அதைக் அவதானிக்க முன் நடந்தேன். அவள் அந்தக் கூடையை என் அருகில் எடுத்து வந்து மேல் மூடியைத் திறந்தாள், அதில் குழந்தை ஒன்று சிரித்தபடி இருந்தது. அதை எடுத்து என் கைகளில் தந்தாள். நான் அதைக் கீழே விழாதபடி பத்திரமாகக் கைக்குள்ளே பிடித்துக் கொண்டேன்.

பெட்டியில் குழந்தை எப்படித் தண்ணீரில் இருக்கும்? என வினாவிக்கொண்டே அந்தச் சிறுமியைப் பார்க்கையில் அவள் குதிரைமேல் அமர்ந்து நதியைக் கடந்து கொண்டிருந்தாள். குதிரை ஓடாமல் இறக்கை விரித்துப் பறந்துகொண்டிருந்தது. என்னவிது, எல்லாமே கற்பனைக்கெட்டாததாகவே இருக்கிறது?. நான் எங்கு இருக்கிறேன் இது யார் குழந்தை?, ஏன் என் கையில் இருக்கிறது? என நினைக்கையில் எனக்கு நான் கருவுற்றிருப்பது நினைவில் வந்தது. அசரீரி போல யாரோ என் பெயரைச் சொல்லி நடனமாட அழைத்தார்கள். கல்லூரி ஆண்டுவிழா ஒலிபெருக்கியின் குரல்போல இருந்தது. அதைத் தொடர்ந்து என் பெற்றோர் சண்டையிடும் குரல் கேட்டது. மனம் நகைத்தது.

என் கையில் இருந்த குழந்தை, அந்தப் பரந்த வெளியில் எதிரொலி வரும்படியான கீச்சில் அழத் தொடங்கியது. என்ன செய்ய? என எனக்குத் தெரியவில்லை. என் காதுகளில் ஒலியின் அளவு தாங்காமல் குருத்து மடல் வலித்து இரத்தம் கசிந்தது. வலியோடு குழந்தைமீது

லிவின் 141

வெறுப்பு வந்து, அதைத் தூக்கி ஆற்றில் வீசிவிடலாமா என அறிவு கேட்டது. மனம் எப்படி என்னால் இப்படி சிந்திக்க முடிகிறது எனக் குற்றவுணர்வு கொண்டு குழந்தையின் அழுகையை நிறுத்த என்ன செய்வதெனக் குழம்பி குழந்தையைக் கையில் பிடித்துக்கொண்டு எல்லாத் திசைகளிலும் ஓடினேன்.

எனக்கு என்ன செய்வதென்று தெரியவில்லை. ஓடி ஓடிக் கால் வலித்து, மூச்சுக்குழாய் அடைபட்டு மீன் துடிப்பது போல உடல் இப்போது துடித்தது. எனக்குப் புரியவில்லை. ஏனோ, குழந்தை அழுகையை நிறுத்தவில்லை. அதைக் கீழே வைத்துவிட்டு ஓடிவிடலாமா என எண்ணினேன், மனம் கேட்கவில்லை. அது அழுகையை நிறுத்தவில்லை. என்ன செய்ய என யோசிக்கும் நேரத்தில், தூரத்திலிருந்து நாலாபுறமும் தரையிலிருந்து புழுதி கிளம்பியது. காலினாலோ அல்லது குச்சியை வைத்து மண் தரையில் கோடிடும்போது வரும் புழுதி போல அது எல்லா பகுதியிலுமிருந்து நான் நின்றிருந்த இடத்திற்கு நேராக வந்துகொண்டிருந்தது. எதுவோ ஊர்ந்து வருகிறது என்பதை என்னால் கொஞ்சம் அனுமானிக்க முடிந்தது. அது என்ன என்பதை மிக அருகில் வந்தபோதுதான் கண்டு கொண்டேன். அவை எல்லாமே பாம்புகள். பல தரப்பட்ட, பல உருவங்களிலான பாம்புகள்.

எல்லாம் ஊர்ந்து வந்து சுற்றி நின்றன. குழந்தையின் அழுகைக்காகத்தான் அத்தனையும் சுற்றி நிற்கின்றனவோ எனத் தோன்றியது. பாம்புகள் அத்தனையும் சுற்றி என்னிடம் ஏதோ சொல்வதாக நின்றன. அவை முன் நகரவுமில்லை பின் நகரவுமில்லை. என்ன நடக்கிறது? எங்கு இருக்கிறேன், இவை உண்மையென மனம் நம்பமறுக்கிறது. என் மனதின் எண்ணங்கள்தானோ இவை? அவை காட்சி உரு, பெறுகின்றனவா? குழந்தை இன்னும் அழுகையை நிறுத்தவில்லை; நான் குழந்தையின் வாயை அடைத்துப் பார்த்தேன். குழந்தை என் கையைக் கவ்விக் கொண்டது. அது என் கையைக்

கவ்விக்கொண்டு உறுஞ்சியது. குழந்தை விரலைச் சூப்பி அழுகை நின்றதும் பாம்புகள் மண்ணிற்குள் புதைந்தன.

எனக்கு அந்த மணல் பரப்பு பழுத்த தீப்பொறிகளில் நடப்பது போன்றிருந்தது. கையைச் சப்பிக்கொண்டிருந்த குழந்தையின் பசிதானோ அந்தப் பாம்புகள் என மனம் கேள்விகளுக்குள் நுழைந்து பதில் தேடினது. மலையிலிருந்து வடிந்து கொண்டிருந்த தங்க நதி தொலைவில் ஒரு பெரும் பள்ளத்தில் விழுவதைக் கவனித்தேன். அங்கிருந்து அந்தச் சிறுமியின் சிரிப்பொலி கேட்டது. வேகமாக அந்தத் திசைக்கு ஓடினேன். நதி அருகே சாரல் மூட்டம் மஞ்சள் நிறப் புகை போல மூடி இருந்தது. அதற்குள் நுழைந்தால் தொலைந்து விடுவோம் எனத் தெரிந்தும் நான் குழந்தையுடன் நுழைந்தேன்.

சில அடிகளில் நான் மிதித்த மணல்பரப்பு இடிந்து நீருக்குள் விழுந்தேன், என் கைகளிலிருந்து குழந்தை கீழே விழுந்துவிடாதபடி இறுக்கமாகப் பிடித்துக் கொண்டேன். நீர் எங்களைச் சுழற்றி அடித்தது, அதன் வேகத்தில் இருவரையும் இழுத்துக் கொண்டது. எனக்கு நிச்சயமாக அந்த ஒழுக்கு பெரும் பள்ளத்தில் சேரும் என்பதை உணரமுடிந்தது, என்ன செய்ய?! எனக்கு வேறு எந்த வழியுமிருக்கவில்லை. அதன் ஒழுக்கின் திசையில் போவதைத் தவிர எனக்கு வேறு வழிகள் இல்லை. என்னால் முடிந்தவரை மிதந்து கிடக்கவும், குழந்தையின் தலையை நீரின் மேலே வைத்திருக்கவும் முயற்சி செய்தேன். தூரத்தில் பள்ளத்தாக்கு தெரிந்தது. எதிர் நீச்சலிட முயற்சி செய்தேன் என்னால் இயலவில்லை. என் நீண்ட சேலை தண்ணீரில் கயிறுபோல மிதந்துகிடந்தது. ஒருவேளை எங்கோ அதன் மறுமுனை பிடிக்கப்பட்டிருந்தாலென எண்ணம் கொண்டு, சேலையை முடிந்த மட்டும் இழுத்தேன். அதுவும் எதுவும் புரியாத இந்தக் காட்சிகள்போல ஒழுகிக் கொண்டிருந்தன.

நீரில் மிதந்தபடியே குழந்தையைப் பார்த்தேன். ஒருமுறை பிரிவின் கடைசிநொடியில் மறைந்து போகும் நொடிபோல என்

பார்வை விழுந்தது. பள்ளத்தின் மிக அருகில் நெருங்கி விட்டோம். தண்ணீர் தங்க மேகம்போலச் சாரலால் நிரம்பியிருந்தது. எத்தனை அடி ஆழமிருக்கும் என அனுமானிக்க இயலவில்லை. தண்ணீரின் இரைச்சல் ஒரு பூதத்தின் உறுமலாக இருந்தது. திகில் என்னைச் சூழும் என நினைத்தேன். ஏனோ என் உள் உணர்வில் சிறுமி வருவாளென நினைத்துக் கொண்டேன்.

சுழல் தண்ணீர் ஒன்று இருவரையும் சுற்றிக் கொண்டது. தண்ணீரில் மூழ்கி மீண்டும் மேலெழுந்தபோது குழந்தை என் கையில் இல்லை. அய்யோ... என மனம் கதறித் துடித்து, மீண்டும் தண்ணீருக்குள் மூழ்கித் தேடினேன். குழந்தை எங்குமில்லை. மீன் ஒன்று என் கண்முன்னே நீந்தி வந்தது. பின் திசை மாறி எனக்கு எதிராக எதிர் நீச்சலிட்டு ஆற்றிற்குள் சென்றுவிட்டது. மனம், பிள்ளை மீனாக மாறிவிட்டதா என நினைத்தேன். இனி எனக்கு என்னவானால் என்ன?, நான் என்னைத் தளர்த்தி தண்ணீருக்கு ஒப்புக் கொடுத்தது போல நீந்துவதை நிறுத்தி விட்டேன். தண்ணீர் பள்ளத்தைக் கடக்கும் அந்த நொடியில் என் சேலை எதிலோ பட்டு இழுபட்டுக் கொண்டது. என் உடலிலிருந்து அது களைந்து போகுமுன்னே அதைப் பிடித்துக் கொண்டேன்.

கண் திறந்தபோது நான் சேதுவின் கைகளைப் பிடித்துக் கொண்டு மருத்துவமனைக் கட்டிலில் படுத்திருந்தேன். உடல் சோர்வுற்றிருந்தது. செவிலியர் என் கையில் பொருத்தியிருந்த ஐவியில் மருந்து முடிவடையும் நிலையில் இருந்ததை நிறுத்திக் குழாயை என் கைகளிலிருந்து கழற்றினாள். சரியாக நானும் தலையைத் திருப்பி அவளைப் பார்த்தேன். என்னைப் பார்த்துப் பரிதாபமாகவும், மகிழ்ச்சியும் கலந்ததாக ஒரு பார்வை பார்த்துவிட்டு.

''உங்களுக்கு ஆப்ரேசன் முடிச்சிட்டாங்க: குழந்தையும் நீங்களும் நல்லா இருக்கீங்க. நான் மருத்துவர் சத்தியன் சாருக்கு, நீங்க கண் முழிச்சதச் சொல்லிடுறேன்'' எனக் கிளம்பிச் சென்றாள்.

சேது என் தலையைத் தடவிக்கொடுத்தான். நான் பேச முடியாத உடைந்த குரலில்,

"சேது.. இரண்டு பக்கமும் எடுத்திட்டாங்களா?
ம்...
"குழந்தை எப்படி இருக்கு?" எனக் கேட்டேன்.

மருத்துவர் சத்தியன் உள்ளே வந்தார். "நந்தவள்ளி சீக்கிரம் நல்லாயிடுவீங்க; குழந்தை நலமா இருக்கு" என அவர் பதில் சொன்னார்.

நான் பயந்த அளவிற்கு அறுவை சிகிச்சை முறை பெரிதாக இல்லை. உள்ளே சென்று வெளியே எப்போது வந்தேன் என்றே தெரியவில்லை. லேசாகப் பசித்தது. ஆரோக்கியத்தின் முதல் அறிகுறி அது என நம்பினேன். மருத்துவர் சாப்பிடவேண்டிய மருந்துகளை எழுதித் தந்தார்.

என் மார்பில், சின்ன அளவில் ஒரு குழாய் பொருத்திய பையைத் தொங்க விட்டிருந்தார்கள். அறுவை சிகிச்சை செய்த இடத்திலிருந்து இரத்தம் மற்றும் தண்ணீர் போன்ற திரவத்தைச் சேகரிக்கவும் அதன் மூலம் பாக்டீரியாக்கள் தாக்காதபடி இருக்கப் பொருத்தியிருந்தார்கள். அது சின்னதாக அசௌகரியத்தைத் தந்தது.

சேதுவிடம், "நீங்க இன்று இரவோ இல்லை நாளைக் காலையில் கூட வீட்டிற்குப் போகலாம். மருத்துவர் வெண்பா தாயையும் குழந்தையையும் பரிசோதித்துவிட்டு முடிவு சொல்வார்கள். இரண்டு தினங்கள் கழித்து வந்து குழாயை அகற்றுங்கள் எனச் சொல்லிவிட்டு சத்தியன் மருத்துவர் அடுத்த புற்றுநோயின் பிடியில் இருக்கும் ஏதோ ஒரு பெண்ணின் உயிரைக் காப்பாற்ற நகர்ந்தார். மனதில் நன்றி சொல்லிக் கொண்டேன்.

சிறிது நேர நிகழ்வுகள் என்னுள் எத்தனையோ கேள்விகளைத் தந்தன. அத்தனைக்கும் விடை, இந்த நொடி நானும் குழந்தையும் நலமுடன் இருக்கிறோம் என்ற உணர்வு மட்டுமே. சேதுவின் முகத்தில்

லிவின் 145

படிந்திருந்த திகில் மறைந்திருந்தது. மார்புகள் இல்லா சிறுமி நான் என என்னை நம்ப வைக்க முயன்றேன். என் ஆழ்மன காட்சிகளை மீண்டும் கண்முன் கொண்டுவர அதன் அர்த்தங்களை அலச முயன்றேன். குழந்தையை நினைத்து மனம் கலக்கமடைந்தது. அம்மா என அது அழைக்கும்போது அதன் முழு அர்த்தத்தை நான் நிறைவேற்றியிருப்பேனா? எனும் கேள்வி என்னில் புற்றுநோய்போலப் பரவிக்கொண்டிருந்தது.

அந்தி கடந்தபோது மருத்துவர் வெண்பா வந்தார். செவிலியரிடம் என் இரத்த அழுத்தம், இதயத்துடிப்பு எனத் தரவுகளை வாங்கிக் கொண்டார். குழந்தையின் இதயத்துடிப்பையும் அசைவுகளையும் அறிந்து கொண்டார். எல்லாம் சீராக இருக்கிறது. ஒன்றுக்கும் கவலைப்பட வேண்டாமெனக் கேட்டுக் கொண்டார். கவலை என் நிழல்போல் எப்போதும் என்னோடு பயணிக்கும் ஒன்று. அது இல்லாமல் ஆகும் நாள் வரும் என்ற நம்பிக்கை இல்லையென மனதில் நினைத்துக் கொண்டேன். அதை அவர் என் முகத்தில் அறிந்திருக்க வேண்டும்.

''கவலைப்படாதீங்க நந்தவள்ளி'' என்று சொன்னார்கள்.

என் மனதில் மீதமிருந்த கவலை வலிகளுக்கு அவர் மருந்திட்டது போல இருந்தது. வெகுநாட்கள் கழித்து முதல் முறை புன்னகைத்தேன். என் முகத்தைப் பார்த்து மருத்துவரும் செவிலியரும் புன்னகைத்தார்கள். என்னை வீட்டுக்கு அனுப்பிவைக்கலாமென செவிலியருக்குச் சொன்னார். அவர் வெளியேறிப் போனபிறகு, நான் சேதுவிடம் வெளியே தோட்டத்திற்கு அழைத்துச் செல்லக் கேட்டேன். முன்பு மருத்துவருடன் அமர்ந்திருந்த அதே இருக்கையில் சென்றமர்ந்தோம். சேதுவை செவிலியர் ஒருவர் வந்து பணம் செலுத்துமிடத்திற்கு அழைத்துச் சென்றார். நான் அங்கு அமர்ந்திருப்பதாகச் சொன்னேன்.

சத்தியன் மருத்துவர், முன்பு காட்டின துப்புரவுச் சகோதரி என்னைப் பார்த்து என் அருகில் வந்து நலம் விசாரித்தார். கருவுற்றிருப்பதைப் பார்த்ததும் மடியில் கட்டி வைத்திருந்த பூவை எனக்குத் தந்தார்.

"கீமோ சொல்லியிருக்காங்களா?"

"ஆமா"

"நமக்கு இருக்குற கடினங்கள் போதாது என ஆண்டவன் இதையும் குடுத்திருக்கான் போல." என் கைகளைப் பிடித்துக் கொண்டாள்.

"நம்ம மனசோட வலி நமக்கு மட்டும்தான் தெரியும், எதையும் யோசிக்காம தைரியமா இருங்க. மாதா மாதம் மார்பகப் புற்று நோய் பாதிக்கப்பட்ட பெண்களின் கூட்டம் இந்த மருத்துவமனையில நடக்கும். முடிஞ்சதுன்னா வாங்க. மனசோட வலியைப் பகிர்ந்து கொள்ள நாங்க எல்லோரும் இருக்கோம். இதிலிருந்து வலிமையாக் குணமடைந்து சாதிச்சவங்க வருவாங்க, கதை சொல்லுவாங்க, நம்ம மனசோட போராட இது கண்டிப்பா உதவும்".

எனச் சொல்லிக் கொண்டு சிரிப்போடு விடைபெற்றாள். அவள் முகத்தின் புன்னகை என்னில் இருந்த செடியில் பூ ஒன்று பூக்கும் எண்ணத்தைத் தந்தது.

சேதுவோடு வீட்டை நோக்கிப் பயணப்பட்டபோது, மனம் எதையோ தொலைத்துக் கொண்டு போவது போல இருந்தது.

லிவின் 147

உடலும் உணர்வும்

அறுவை சிகிச்சை முடிந்து இரண்டு தினங்கள் கடந்து, கழிவு இரத்தமும், நீரும் வடிந்து வெளியேற, நெஞ்சில் பொருத்தியிருந்த குழாய் பொறுத்திய பையை அகற்ற, மருத்துவமனை சென்றபோது, மருத்துவர் சத்தியன் மிகவும் அக்கரையாகக் கவனித்துக் கொண்டார்.

''இனி சரியாகிடுவேனா?'' என்னும் கேள்வி ஒன்று 'ஈ போல' காதில் சுற்றிச் சத்தமிடுவதாக இருந்தது.

மருத்துவர் குழாயை அகற்றிவிட்டு, புண் ஆற சில நாட்கள் பிடிக்கும் என்றவர் அதற்கான களிம்பும், மருந்துகளும் தந்தார். நான் எந்தக் கேள்வியும் அவரிடம் கேட்கவில்லை. மனம் நிறைய எண்ணங்கள் மொய்த்துக்கொண்டிருந்தன. உடல் கனல் இருக்கையில் அமர்ந்திருப்பதாகவே எப்போதும் இருந்தது. கண்கள் மூடிக்கொள்ள எப்போதும் ஆசைப்பட்டது, படுத்துக்கிடப்பதைத் தவிர வேறு ஒன்றையும் நான் விரும்பவில்லை.

''புற்று மீண்டும் வளரும் சதவிகிதம் குறைவுதான். ஆனாலும், உங்களுக்குச் சிறிது காலம் கடந்து புற்று நோயைக் கண்டறிந்து, அறுவை சிகிச்சை செய்திருக்கிறோம். சில செல்கள் அறுவை சிகிச்சையிலும் தப்பி தங்கியிருக்க வாய்ப்புகள் உண்டு. அது மீண்டும் வேகமெடுத்து பெருகும்போது, மீண்டும் நோய் தொற்ற வாய்ப்புகள் அதிகம். புற்று மற்ற இடங்களையும் உறுப்புகளையும் பாதித்துவிடும்.

எனவே சில தெரப்பிகள் செய்வது அவசியம். உங்கள் கருவைக் கருத்தில் கொண்டு ரேடியேசன், மின் கதிர் முறை சிகிச்சை செய்ய இயலாது. ஹார்மோன் தெரப்பியும் செய்ய இயலாது. இரண்டு மாதங்கள் கழித்து, குறைந்த வீரியத்தில் ஊசிமூலம் செலுத்தும் கீமோ தெரப்பி, நான்கு வாரங்களுக்கு ஒரு முறை, மூன்று தடவையாகச் செய்யலாமெனப் பரிந்துரைத்தார். குழந்தை பிறந்தபிறகு இரண்டு வாரத்திற்கு ஒரு முறை மூன்று மாதங்கள், ஹார்மோன் தெரப்பியுடன் கீமோ தெரப்பியும் செய்யலாமெனச் சொன்னார்.''

என் நாட்களில் மருந்துகளின் மணம் பழகியிருந்தது, என்மீது எப்போதும் சோப்பு மணம் போல மருந்தின் மணம் நிரம்பியது. இரண்டு மாதங்கள் இரண்டு மணி நேரமாகக் கடந்தது. உடல் மெலிந்தது. சாப்பிடப் பிடிப்பதில்லை. எப்போதும் ஒரு வித குமட்டல் என் தொண்டைக் குழியில் இருந்து கொண்டே இருந்தது. பல் கூச்சம், திடீரென்று பல்லிலிருந்து இரத்தம் என ஒவ்வொரு நாளும் புதிது புதிதாகப் பிரச்சனைகளைச் சந்தித்தேன். தண்ணீரில் கூட எனக்கு ஊசி இடும் முன் தடவிக் கொள்ளும் திரவத்தின் மணம் வீசியது. ஏன் இந்த வாழ்கைக்யென எத்தனை முறைதான் சிந்திப்பது? அத்தனை முறையும் ஏதோ ஒரு கனவின் ஆசை. ஒரு நாள் எல்லாம் சரியாகிவிடும் என்ற நம்பிக்கை, சேதுவின் அணைப்பு, பட்டாளம் சாரின் சிந்தனைகள், மரியம்மாளின் கதைகளும் என்று ஒவ்வொரு நாளும் கடந்து சென்றன. சேதுவின் குடும்பமும் என்னை அவர்கள் வீட்டில் வந்து இருந்து ஓய்வெடுக்கக் கேட்டுக் கொண்டார்கள். நான் இங்கு குளம் அருகில் இருப்பதையே விரும்புகிறேன் என்று மறுத்துவிட்டேன்.

ஐந்தாம் மாதம் பதினோராவது நாள் என் முதல் கீமோ தெரப்பி எடுத்துக்கொண்டேன். காத்திருப்பு அறை முழுதும் பெண்களின் கூட்டம். எல்லா வயதிலும் பெண்கள் வந்திருந்தனர். பாதி பேருக்குத் தலை முடி இல்லை. முன்பு சத்தியன் மருத்துவரின் அறையில் காத்திருந்ததை விட இங்கு பெண்களின் கூட்டம் அதிகமாக இருந்தது.

ஒருவர் முடிக்க முடிக்க காத்திருந்தவர்களை உள்ளே அழைத்தார்கள். என்னைப் போலக் கருவைச் சுமந்துகொண்டு எவரும் அங்கு இல்லை. என்னை எல்லோரும் பரிதாபத்தின் தாயைப் போலப் பார்த்தார்கள்.

கீமோ தருவதற்கு முன்பு இரத்தப்பரிசோதனை செய்தார்கள், என் இதயத்துடிப்பு, கருவின் துடிப்பு, இரத்த அழுத்தம் இன்னும் அத்தியாவசியப் பரிசோதனைகளை முடித்து என் உடல் நிலையின் சீர்த் தன்மையை அறிந்துகொண்டு கீமோவிற்கு அனுப்பினார்கள். கையில் ஐவி ஊசி இணைக்கப்பட்டு மூன்று மணி நேரம் எனக்கு மருந்தைச் செலுத்தினார்கள்.

கீமோ எடுத்துக்கொண்டபிறகு உடல் இன்னும் மெலிந்தது. மருத்துவர் குழந்தைக்கு ஆபத்து வராதபடி சிகிச்சை முறைகளைச் செய்தார். என் தலைமுடி உதிரத் துவங்கியது. பருத்தியிலிருந்து பஞ்சை பிய்த்து எடுப்பது போல என் கைகள் தெரியாமல் தலையைத் தடவினால் கூட முடி உதிர்ந்து விடும். என் சீப்புப்பல் என் முடியில் சிக்குவதில்லை. முடி இருப்பதில்லை. பாதி முடியுடன் எனக்கு என்னைப் பார்க்க உரித்த கோழிபோலத் தெரிந்தேன். முகம் முள்ளில்லாத பலாப்பழத்தில் கண் மூக்கு வாய் காது ஒட்ட வைத்தது போல இருந்தது. தலையில் எப்போதும் முகம் மட்டும் தெரியும்படி துப்பட்டாவை சுற்றி மூடியிருந்தேன். இப்போதெல்லாம் கண்ணாடி முன் போவதைத் தவிர்த்தேன்: அது என்னைக் காட்டுவதில்லை. ஏதோ ஒரு உடல் மெலிந்த பெண் தோல் ஒட்டி, எலும்புகள் தெரிய, வயிறு மட்டும் வீங்கித் தெரிந்தாள்.

மரியம்மாவிடம் சொல்லி அருகில் முக்கு ரோட்டில் கடை வைத்திருந்த பாபு அண்ணாவை, தலை மொட்டை அடிக்க அழைத்தோம். மரியம்மாளுடன் நடந்து வரும்போது எதையோ சொல்லிச் சத்தமாகச் சிரித்துக் கொண்டு வந்தார். எங்கள் வீட்டு முற்றமடைந்ததும் சிரிப்பை நிறுத்திவிட்டு முகத்தைச் சோகப்படுத்திக் கொண்டார். எனக்கு அவரின் முக மாற்றம் பிடிக்கவில்லை. ''இது

என்ன சாவு வீடா?'' என மனம் எனக்குள்ளே கேட்டுக் கொண்டது. என்னிடம் ஏன் சகஜமாக அவர் பேசியிருக்கக் கூடாது என அவர்மேல் மிகக் கோபம் மூண்டது. அவரைத் திரும்ப அனுப்பி விடலாமென நினைத்தேன். ஆனாலும் அவர் எதைச் சொல்லிச் சிரித்திருப்பாரென கதை கேட்கவே மனம் விரும்பியது. யாராவது என்னிடம் பேசிக்கொண்டிருந்தாலே போதும் எனப்பட்டது.

பாபு அண்ணா உயரம் குறைவாக இருந்தார்; என் தோள் உயரம்தான். நல்ல தடிமன். தலையில் முடியில்லை, தோல் வழுக்கை. பின் தலையிலும் பக்கவாட்டிலும் சிறிது முடியிருந்தது. அதுவும் வெள்ளை விழுந்திருந்தது. நான் அவரை உள்ளே அழைத்தேன், அங்கணச் சுவரருகில் அமரலாமெனக் கை காண்பித்தேன். சேது படிக்கட்டினருகில் அமைதியாக நின்று கொண்டிருந்தான். என்னைத் தவிர வீட்டில் இருந்த எல்லாவற்றிலும் பேரமைதி நிறைந்திருந்தது. பாபு அண்ணா கையில் எடுத்து வந்து சின்ன இரும்புப் பெட்டிக்குள், எனக்கு முடி மீண்டும் வளர்ந்து கருமையாகிடும் எண்ணெய் ஏதேனும் இருந்தால் நலமாக இருக்கும் என நினைத்துக் கொண்டேன். ஆனால், அதில் இரண்டு சவரக்கத்தியும், இடைவெளி வித்தியாசமுள்ள இரண்டு சீப்பும், ஒரு கத்தரிக்கோலும், மூன்று பிரிக்கப்பட்டாத பிளேடுமிருந்தன. மரியம்மாள் தினமும் என்னைப் பார்ப்பவள். ஏனோ இன்று அவள் முகமும் சோகத்தை வடித்து வைத்திருந்தது. ஏன் எல்லோர் மனதிலும் அமைதி உறைந்திருக்கிறது என்பதை அறிவேன். அதைக் கலைக்கவே நான் கலகலப்பாக இருப்பதாக நடித்துப் பார்த்தேன். அதுவே அவர்களுக்கு இன்னும் சோகத்தைத் தந்தது. நான் நடிப்பதை அறிந்து வைத்திருந்தார்கள்.

நான் பாபு அண்ணாவின் முன் அமர்ந்து தலையைச் சுற்றியிருந்த துப்பட்டாவை அகற்றினேன். அகற்றும்போது...

''உங்களைவிட எனக்குக் கொஞ்சம் முடி இருக்கு'' என நக்கலடித்தேன். யாரும் சிரிக்கவில்லை. பட்டாளம் சார்

இருந்திருக்கலாம். எனக்கு நல்ல நண்பர் அவர்தான். என் சூழலைப் புரிந்து எனக்கு வேண்டுவது போல் மாறி விடுவார். எனக்கு இந்தப் பேரமைதி அருவருப்பைத் தந்தது. நான் மரித்துக் கிடக்கும் யாரோ போல உணர்ந்தேன்.

''சேது'' என அழைத்தேன். ஆனால், எதுவும் கேட்கவில்லை. சேது அருகில் வந்து அமர்ந்தான். ஒரு கையை அவன் தோளில் வைத்துக் கொண்டேன்.

பாபு அண்ணா என் தலையைப் பார்த்துவிட்டு என்னைப் பார்த்தபடி அமர்ந்திருந்தார்.

''நீங்க பண்ணுங்க'' எனத் தலையை அவர் முன் குனிந்தேன்.

''புற்று நோயின்னா இப்படித்தானாமா?''

''இல்ல அண்ணா, கீமோ மருந்து எடுத்துகிட்டா கொஞ்சம் முடி உதிரும்,''

''திரும்ப முளைக்குமா மா?''

''ஆமாணா, திரும்ப மொளைக்கும்னு மருத்துவர் சொன்னாரு.''

''உன் தலையில கத்தி வைக்கவே மனசு வரமாட்டேங்குதே. என்ன செய்ய? ஏன் இந்த ஆண்டவன் இப்படி உனக்கு இந்த வியாதியத் தரணும்.'' எனச் சொல்லிக்கொண்டே

''சொம்புல கொஞ்சம் தண்ணி எடுத்தாப்பா'' என மரியம்மாளிடம் கேட்டார்.

மரியம்மாள் எடுத்துவந்த தண்ணீரை கொடுக்கும்போது ''நீங்க ரெண்டுபேரும் வரும்போது என்ன பேசினீங்க, ஏதோ சொல்லிச் சிரிச்சுகிட்டீங்க? என்ன மரியம்மா?'' எனக் கேட்டேன்.

''ஒன்னுமில்ல பிள்ளே''யெனச் சிரித்தாள். எனக்கு இன்னும் ஆர்வமாச்சு.

‘‘நீங்கச் சொல்லலேன்னா.. மொட்டை அடிக்க வேண்டா’’ மெனச் சொல்லிவிட்டு கையைக் கட்டி அமர்ந்துவிட்டேன்.

பாபு அண்ணா, ‘‘அது ஒன்னுமில்லம்மா, நானும் மரியம்மாளும் பள்ளிக்கூடச் சினேகிதம், சின்னவயசுப் பழக்கம். ஒரு வாட்டி வேளாங்கன்னி போயிட்டு வேண்டுதல் மொட்ட போட்டுப் பள்ளிக்கூடம் வந்திச்சு. நான் அவளத் துரத்தித் துரத்தி மொட்ட மண்ட, மொட்ட மண்ட என ரெண்டு மூணு நாளு விடாமக் கூப்பிட்டு வெறுப்பாக்கிட்டேன். மரியம்மா என்ன நினச்சாளோ என்னமோ ‘என் தலை மாதிரி உன் தலையும் மொட்டையா போட்டும்’ எனச் சொல்லி அழுதிட்டே போயிட்டுது. இப்போ என்ன எங்க பாத்தாலும் மொட்ட பாபுனு கூப்பிடுவா. எனக்கும் சிரிப்பு வந்திடும். ரெண்டுபேரும் சிரிச்சுக்குவோம் என அவர் கதையைச் சொல்லிச் சிரித்தார். என் தலையில் எந்தச் சிராய்ப்புமில்லாமல். கடுகளவுகூட வலி எனக்கு வந்துவிடக் கூடாது எனக் கவனமாகக் மொட்டையடித்து முடித்தார்.

இதைக் கேட்டுக்கொண்டே உள்ளே வந்த பட்டாளம் சார் ‘‘ரெண்டு மொட்டயா இருக்கண்டா, ஞானும் துணை மொட்டையா இருக்காம்’’ எனத் தன் தலையைக் காட்டிச் சிரித்தார். எல்லோரும் சிறிது நேரம் சிரித்து மரியம்மாள் தந்த தேனீரைக் குடித்து கதையாடினோம்.

✱✱✱

நாட்கள் பக்கங்களைத் திருப்பி, யாரோ எங்கோ தும்மலிட்டாலும் எனக்குக் காய்ச்சல் வந்துவிடும் நிலையாகிவிட்டது. நோய் எதிர்ப்புச் சக்தி என்பதே என் உடலில் இல்லை. அதன் விளைவாக மிகவும் சிரமத்திற்கு உள்ளானேன். எல்லா நாளும் இருமலும், சளியும் இருந்தன. அதற்கும் மாத்திரை மருந்துகள். ஒருபுறம் கருவின் வளர்ச்சி பாதித்துவிடாதபடி மருந்துகளும், மறுபுறம் நான் பலவீனமடையாதபடி மருந்துகளும் என்று உணவுபோல மருந்துகள் அதிகரித்தன.

இரண்டாவது கீமோ செல்லும்போது சக்கர நாற்காலியில்தான் செல்ல முடிந்தது. கால்கள் என் உடலைத் தாங்கும் பலத்தை இழந்துபோயின. நரம்புகள் முழுதும் தளர்வுற்றது போலானது. பத்து நிமிடத்துக்கு ஒருமுறை குமட்டல் வந்தது. உணவு என் வாயின் அருகில் போனாலே எனக்கு வாந்தி வந்துவிடும். எந்த மணமும் பிடிப்பதில்லை; எனது தோல் தண்ணீர் இல்லாத நிலத்தின் மேல் மண் போலச் சுருங்கிப் போனது. பழங்கள் சாப்பிட்டாலும் வயிற்றிற்குப் பிடிக்காது. தண்ணீர் போல வெளியேறிவிடும். எப்படித்தான் உயிர் வாழ்கிறேன் என எனக்கே தெரியவில்லை. பல முறை தலை சுற்றி மயக்கமடைந்திருக்கிறேன். யாரோ ஒருவர் எப்போதும் என் அருகில் இருக்க வேண்டும். மாத்திரைகள், மருந்துகள் என்னை உயிரோடு வைத்திருந்தன.

மூன்றாவது முறை செல்லும்போது உடல் நிலை சிறு முன்னேற்றம் கண்டது. தலைசுற்றல் குறைந்து, வாந்தி, வயிற்றுப்போக்கு சரியானது. ஆனாலும், ஒரு சோர்வு என்னில் எப்போதுமிருந்தது. அதைவிட ஒரு எரிச்சல், என்னைப் பீடித்திருந்தது. எப்போதும் கோபம் கொள்கிறேன். சேதுவையோ இல்லை வீட்டின் பொருட்களையோ எதையோ யாரையோ திட்டிக்கொண்டே இருப்பேன். ஏன் இப்படியாகிவிட்டேன்? எப்போது இப்படி மாறிவிட்டேன் என எனக்குத் தெரியவில்லை, ஆனால், நான் நானாக இல்லை என்பதே உண்மை.

எல்லா வலிகளிலும் எனக்கு இருந்த ஒரே ஆறுதல் கருவின் வளர்ச்சியில் எந்தப் பாதிப்பும் இல்லை என்பதுதான். ஒவ்வொரு நாளையும் எண்ணவேண்டியிருந்தன. மாதங்களைக் கடத்தி பிள்ளையைப் பெற்றுக்கொள்ள மனம் ஆசைப்பட்டாலும் அதன் முதல் பசியின் அழுகையை நான் எப்படித் கடப்பேன்? என்கிற கேள்வியின்முன் எப்போதும் குறுகி நிற்கிறேன். கேள்வி மூச்சு போல பிறந்து மறைகிறது, பதில் தான் அது நின்றபிறகு என்னவாக இருக்கும் எனும் நிலையாக மறைந்து கொள்கிறது.

உடல் மீண்டும் கனப்படத் துவங்கியது. சத்து மாத்திரைகள் உணவான பிறகு, உடல் சீர்படுவதாகப்பட்டது. மூன்று கீமோக்களை முடித்தபிறகு மனம் நம்பிக்கையின் பக்கம் மெல்லச் சாய்ந்தது. இதுவரை தைரியமானவளாக நடித்துக் கொண்டிருந்த எனக்குள், புற உலகை முதல் முறைக் காண, மேலே நீந்திவரும் குளத்து மீனாக தைரியம் மெதுவாக மெல்ல மேலெழும்பி வந்து கொண்டிருந்தது.

ஏழாம் மாத இறுதியில் குளக்கரையில் அமர்ந்திருந்தபோது, சேது வளைகாப்பு செய்யலாமெனச் சொல்லிக் கேட்டான். நான் வேண்டாமென முற்றிலுமாக மறுத்துவிட்டேன். என் மனதை எப்போதும் அவன் அறிந்துகொள்வான். இந்த முறை ஏனோ என்னிடம் பிடிவாதமாகக் கேட்டான்.

"உன் உணர்வை மட்டும் நான் புரிஞ்சுகிட்டா போதுமா? அப்போ என் உணர்வு முக்கியமில்லையா?" எனக் கோபப்பட்டான். அவன் கோபப்படுவது இது முதல் முறை இல்லை. ஆனாலும், வளைகாப்பிற்காக அவன் கோபப்படுபவன் இல்லை என்பதை அறிவேன். ஏதோ அவன் என்னிடம் சொல்ல நினைக்கிறான் என்பது புரிகிறது. என் வலியும் மனதின் கடினமும் என்னைப் பற்றிய சிந்தனைகளுக்கே எனக்கு இடமில்லை. என் மனம் முழுவதும் குழந்தையைப் பத்திரமாகப் பெற்றெடுப்பதிலேயே இருந்தது. இதனிடையில் அவனைப் பற்றி நான் சிந்தித்து பல மாதங்கள் கடந்திருந்தன. கடைசியாக அவனிடம் எப்போது சிரித்து பேசினேன் எனத் தெரியவில்லை. பல துண்டுகளைச் சேர்த்து ஒரு படத்தை உருவாக்கும் புதிரில் சில துண்டுகளைத் தொலைத்தது போல இருந்தது. மீண்டும் என் சிந்தனைகள். சில நிமிடங்களிலேயே அவனைப் பற்றி மறந்து போனேன்.

விரிசல்

இரவு முழுதும் சேது என்னோடு பேசிக்கொள்ளவே இல்லை. குளக்கரையில் கோபப்பட்டது சின்னத் தீப்பொறிதானென அப்போது எனக்குப் புரிந்திருக்கவில்லை. விடிந்த பேச்சில் எரிச்சல் கலந்து இருவரும் சண்டையிட்டுக் கொண்டோம்.

நான் மாத்திரை எடுக்கத் தாமதமானது என்பதுதான் ஆரம்ப காரணம். நான் அலட்சியமாக இருக்கிறேனாம். அக்கறை என்பது எள் அளவும் இல்லை என்கிறான். என் உடல் நிலை ஏன் அவனுக்குப் புரியவில்லையென மனம் சிரமப்பட்டது. சேது நான் அவனைப் புரிந்து கொள்ளவில்லை என்கிறான். நான் என் உடலைச் சரியாகக் கவனித்துக்கொள்ளாததாலே எனக்குப் புற்றுநோய் வந்தது என்பதை மறைமுகமாகக் குத்திச் சொல்கிறான்.

"உனக்குத் தான் என் மேல அக்கறை இல்ல" எனக் கண் கலங்கக் கத்தினேன்.

"எனக்கா? உன்ன யாரு பாத்துக்குறா, உனக்குப் புற்றுநோய்னு தெரிஞ்ச பிறகு மருத்துவமனைக்கும் வீட்டுக்கும் உன் கூட யாரு அலையறாங்க?"

"அப்போ சேது, நீ என்னத் தொல்லையாத்தான் பாத்திருக்க?"

சேது பதில் தரவில்லை, அவன் இல்லை என்று மறுத்திருந்தாலே எனக்குப் போதுமாயிருந்திருக்கும். அவன் பொய்சொல்லாமல் உண்மையை ஊமையாக்கினான்.

''நந்து, உனக்காக நான் எவ்வளவு சிரமப்படுறேன் தெரியுமா? நான் ஒரு ஓவியன். நான் வரைந்து எவ்வளவு நாளாச்சு தெரியுமா? என் ஒரு பாதி வாழ்க்கையே ஓவியம் தான். அதை யாரோ என்னிடமிருந்து பிடுங்கி மூட்டைக் கட்டி வீசிவிட்டார்கள். என்னை என்ன செய்யச் சொல்ற. .புற்று நோய்கட்டிய ஆரம்பத்திலயே சொல்லிருந்தா இவ்வளவு கடினப்படணுமா? பிள்ளை இல்லனு எவ்வளவு அலஞ்சோம்? உன் உடம்ப ஒழுங்கா பாத்திருந்தா இது தேவையா? நிம்மதியா இருக்க வேண்டிய நாட்கள இப்படி மருத்துவமனைக்கும் வீட்டுக்கும் அலஞ்சுகிட்டு இருக்கோம். சரி எல்லாம் வந்தாச்சு அப்போவாவது நீ உடம்பப் பாத்துக்குறியா? எல்லாமே நானே செய்யணும்னா எப்படி? எனக்குனு ஒரு நாளுல என்ன நேரமிருக்குனு நீ நினைக்க? இருட்டு வாழ்க்கையில் தடவித் தடவி ஒன்னொன்னாச் செய்ய வேண்டியிருக்கு''. சேது குனிந்து தரையைப் பார்த்தபடி, என் மனதில் அவன் முட்களாலான தூரிகை கொண்டு வண்ணம் தீட்டுகிறான். அதில் மை இல்லை. என் தோல் கிழித்த இரத்தச் சிவப்பைக் கொண்டே தீட்டுகிறான். இருட்டு வாழ்க்கையென அவன் சொன்னது அவனுக்குக் காட்சி இல்லை என்பதால் அல்ல: என்னைத்தான் சொல்கிறான் எனப்பட்டது.

''என் மனம் ஓய்வைத் தேடுது, ஒரு இதமான நாளைத் தேடுது, அது இல்லை நந்தவள்ளி. உன்னை ஏன் நான் திருமணம் செஞ்சுகிட்டேன்னு நினைக்க வைக்காத''. எனக் கத்தினான்.

என் மனம் அவன் என்னைத் திருமணம் செய்ததை வெறுக்கிறானென அறிந்து கொண்டது. இவ்வளவு நாளும் அன்பை அளவிடாமல் தந்தவன் ஏன் இன்று இப்படி மாறிவிட்டானென மனம் கேட்டது. ஒன்றும் புரியவில்லை எனக்கு. இத்தனை நாளும்

நடித்திருக்கிறானா? அவனுக்குள் ஒரு வெறுப்புணர்வுள்ள ஓர் மனிதன் இருக்கிறான் என்று நான் அறிந்து கொள்ளவே சில நிமிடங்கள் பிடித்தது. என் மனமும் வெறுப்பின் தீப்பிழம்பிலிருந்து சிறுக பருகக் காத்திருந்தது போல மெல்லப் பருகிக் கொண்டது. அவன் குறைகளை அட்டவணையாக அவன் முன் நிறுத்தி அவனைவிட நான் ஒன்றும் பாரமில்லை என்பதை சொல்லத் துணிந்தது.

''சேது உன் பக்கதுல யாராவது வரைய வந்து உக்காந்தாங்களா?. நான் வந்து உக்காந்தேன். உன் கூட யாராவது பழகினாங்களா? நான்தான் பழகினேன். உனக்குப் பார்வை இல்லைனு தெரிஞ்சும் உன் கூடக் கடினமான ஒரு வாழ்க்கை இருக்கும் எனத் தெரிந்தும் உன்னை அன்பு செய்தேன் சேது''.

''என்னது நீ அன்பு செஞ்சியா? வீட்டில் ஆதரவு இல்லாம நீ இருந்ததால உன்மீது இரக்கப்பட்டேன். நான் உன்ன ஏமாத்தல. நீ தான் முதல்ல காதலிக்கிறதாச் சொன்ன. அப்போகூட நான் வேண்டாம்னுதான் சொன்னேன். நான் தனியாவே நிம்மதியா இருந்திருப்பேன். உன்ன கட்டிக்கிட்டு இந்த நரகத்த அனுபவிக்கிறதுக்கு எங்கேயாவது தொலஞ்சு போயிடலாம் போல இருக்கு'' என அவன் இதுவரை பேசாததை எல்லாம் பேசிக்கொண்டான்.

நான் மௌனம் காத்தேன். எனக்கு வார்த்தைகள் கிடைக்கவில்லை. எதுவும் எழுதப்படாத காகிதமாக மனமும் வெறுமைக்குள் புகுந்தது. மனம் என் சலங்கையை நினைத்துக் கொண்டது.

''நீ என்ன ஓவியன்? நானும் நடனமாடுபவள்: என் உலகமே நடனமாகியிருக்கவேண்டும். நான் என்ன குறை செஞ்சேன்?''

எனக்கு அழவேண்டும். நான் அழவில்லை. இதைவும் சேர்த்துத்தான் போராட வேண்டும் என எண்ணினேன். இப்படியொரு

நாள் வரும் எனக் கனவில்கூட நினைத்திருக்கவில்லை. சேதுவின் மறுபக்கத்தைப் பார்ப்பதைப்போல இருந்தது. இவனுடனா இத்தனை வருடம் குடும்பம் நடத்தினேன். சீ, என மனம் காரி உமிழ்ந்தது.

"உனக்கு மார்புகள்தான் இல்லனு நினைச்சேன், மனசாட்சியும் இல்ல தெரியுமா?"

என அவன் கேட்டபோது உடல் நடுங்கி என்ன செய்வது எனத் தெரியாமல் அருகிலிருந்த பாத்திரத்தை எடுத்து அங்கணச் சுற்றுச் சுவரில் வீசி எறிந்து அழுதேன்; என் வயிறு உள் சென்று வெளியே வரும்படி அழுதேன்.

"உன் வீட்டில யாராவது என்ன பாத்துக்கிட்டாங்களா? இல்லதானே. வாசலோட அனுப்பின குடும்பம் உன்னுது", என நான் சொல்லும்போது. சேது "உன் அம்மா இலட்சணம் நான் சொன்னா நல்லா இருக்காது" என அவன் சொல்லும் போதே என் உடல் நடுங்கி கூனிக் கொண்டது.

நான் சேதுவிடம் எதுவும் பதில் சொல்லாமல், எழுந்து கழிவறைக்குச் சென்றேன். அழுதுவிடக் கூடாது என நினைத்துக் கொண்டேன். இந்த உலகில் நீ தான் உனக்குத் துணை. வேறு எவரும் உன் போராட்டத்திற்கு துணைவரப் போவதில்லையெனச் சொல்லிக் கொண்டேன். மனம் இன்னும் வைராக்கியம் கொண்டது. முகம் கழுவி கண்ணாடியில் என் பிம்பத்தைப் பார்த்துப் புன்னகைத்தேன். அது என்னைப் பார்த்துப் புன்னகைத்தது. என் புன்னகையின் அர்த்தம் வேறு, பிம்பம் என்னை பார்த்து புன்னகைத்த அர்த்தம் வேறு என்பதையும் அறிந்துகொண்டேன்.

என்னையும் சேதுவையும் அரை அடிச் சுவர்தான் பிரித்திருந்தது. அதன் கனம் பல மைல்களுக்கு இருப்பதாகப்பட்டது. இரு துருவங்களின் புள்ளிபோல இருவரும் பிரிந்திருந்தோம். மௌனத்தின் கனம் ஏறிக்கொண்டே போனது. அழுது ஓய்ந்தபின்

கல்லறை மூடப்படும்போது இருக்கும் ஒரு மௌனம் எனக்குள் இருந்தது.

சட்டென மனம், அவனும்தான் என்ன செய்வான்? என்னைத் திருமணம் செய்தபிறகு அவன் அனுபவித்த வலிகள்தான் எத்தனை? இருவரும் அப்படிப் பேசியிருக்கக் கூடாது. அவன் என்மேல் எவ்வளவு பிரியமாக இருந்திருக்கிறான். இன்று அவனுக்கு என்னவானது என எனக்கு ஒன்றும் புரியவில்லை. சேது இப்படிப் பேசமாட்டான். மனம் பரிவின் நெருப்பில் உருகி வடிந்தது.

ஆனாலும், கோபத்தின் சூடும் அவமானத்தின் சூடும் குறையவே இல்லை.

வெளியே எதுவோ உடையும் சத்தம் கேட்டது. என் மனம் எல்லாவற்றையும் மறந்தது. வேகமாகக் கதவைத் திறந்து அறையைப் பார்க்கையில் சேது அவன் வரைந்து கொண்டிருந்த ஓவியத்தைக் கிழித்து அதைப் பொருத்தியிருந்த பலகையை உடைத்திருந்தான். கைகளில் ஆணி கிழித்து இரத்தம் வடிந்துகொண்டிருந்தது. தடுமாறியபடி அருகில் கிடந்த மேசையில் மோதிக் கீழே விழப் பார்க்கையில், என்னால் அவனைப் பிடிக்க முடிந்தது.

"சேது..."

"சொல்லு"

"இல்ல ஒன்னுமில்ல,"

நான் நடந்து சாளரத் திண்டில் அமர்ந்தேன். குளம் மழைநீர் வடிந்து கலந்து மஞ்சள் நிறமாகியிருந்தது. வானம் பெய்தது போதுமா வேண்டாமா என முடிவு செய்தபடி மேகத்தைச் சுழற்றிக் கொண்டிருந்தது.

சில வினாடிகள் கழிந்து சேது என் பின்னால் வந்து என் தோள்களைத் தொட்டான்.

உதிர்வு

"மன்னிச்சிடு நந்துமா"

"என்ன ஆச்சு? நீ என்னிடம் இப்படி நடந்து கொண்டதே இல்லையே".

"இல்ல அதை விடு", எனச் சொல்லிவிட்டு வெளியே போவதாகச் சொன்னான். அவன் முற்றம் கடந்து வெளியேறினான். வளைகாப்பைப் பற்றி நாங்கள் பேசிக்கொள்ளவே இல்லை.

ஏதோ ஒரு எண்ணத்தின் வெடிப்பில், வேக வேகமாக எழுந்து என் சலங்கையைத் தேடினேன். பழைய சாமான்கள் அடைபட்டுக்கிடந்த அறையில் எவருக்கும் வேண்டாத அனாதை மனம்போல ஒரு மூலையில் கிடந்தது. சலங்கையைக் கையில் தூசி தட்டியபோது. முதல் முறை அப்பா சலங்கை வாங்கி என் கைகளில் தந்தது நினைவில் வந்தது.

சலங்கையை என் காதுகளின் அருகில் இரகசியம் சொல்லும் தோழியின் உதடுகளைப் போல வைத்து, முதல் முறை அசைத்ததுபோல இப்போதும் அசைத்துப் பார்த்தேன். அது என் பிள்ளைப் பருவத்தை நினைவில் கொண்டுவந்தது. பெரிய பெண் என்கிற மாற்றம் நிகழும் முன் இருந்த சுதந்திர நாட்களும், வலியில்லா நாட்களும் இனி எப்போதும் கிடைக்கப்போவதில்லை என்கிற உண்மை கசந்தது.

மனதின் வலி

மீண்டும் இரவு சேது வீட்டிற்குத் திரும்பின போது என்னிடம் எதுவும் பேசிக்கொள்ளவில்லை. என் மனம் நிமிடத்திற்கு முன்னூறு முறை அவன் வார்த்தைகளை அசையிட்டுக் கொண்டிருந்தது. ஒரு பானையை தண்ணீரோடு சூடு பாறையில் எறிந்து உடைத்தால் எப்படி அதில் சேர்த்து வைத்திருந்த நீர் காணாமல் போகுமோ அதேப்போல எங்கள் காதல் நீர் சிதறி மாய்ந்து போனது. என் சலங்கையின் நினைவு இன்னும் எனக்குள் கோபத்தின் எரிச்சலை மூச்சில் கலந்தது.

நான் அங்கணச் சுவற்றில் தூணில் சாய்ந்து என் வயிற்றை தடவிக்கொண்டே சிந்தனைகளில் மூழ்கி அமர்ந்திருந்தேன். ஆனால், என்ன யோசிக்கிறேன் என்றே அறிந்துகொள்ள முடியாதபடி யோசனைகள், நினைவுகள், அடுத்த செய்கைகள் என மாறிக்கொண்டே சுழன்றன. இரவின் பசி சிறிது சிறிதாக இரவின் அடர்த்திபோல மாறிக்கொண்டது. என் உடல் வலியோடு சமைத்தாக வேண்டும். அது எனக்கு பிடிக்கவே இல்லை. சேதுவின் குடும்பத்தை மனதில் வெறுத்தேன். என் குடும்பத்தை அதை விட. எனக்கு முக்கியமாகத் தேவைப்பட்ட அம்மாவின் கரம் இல்லை. சேதுவின் அம்மாவும் உதவியிருக்கலாம்; அதுவும் இல்லை. என் மான மனமும் அவர்கள் உதவியை உதாசீனப்படுத்தியது. யாரும் எனக்கு அன்புப் பிச்சை போடத் தேவையில்லை என மனம் இறுகிக் கொண்டது. அதே

நேரம் அடிமனம் யாராவது கொஞ்சம் அன்பைத் தாருங்கள் என்று கெஞ்சிக் கொண்டிருந்தது.

சேது நான் பசித்திருக்கிறேன் என அறிந்திருந்தான். "நான் தோசை வாங்கிட்டு வருகிறேன்" என்றான். நான் எதுவும் பேசவில்லை, அவன் வீட்டின் கதவை, சத்தம் வரும்படி அடித்து சாத்திவிட்டு வெளியேறினான். அவன் கோபத்தின் அளவை சத்தம் சொன்னது நான் எழுந்து சிறுநீர் கழித்துவிட்டு, கொஞ்சம் தண்ணீர் குடித்துக்கொண்டு. அவன் வெளிக்கதவு திறக்கும் சத்தம் கேட்டதும், என் கோபத்தை சிறிதளவும் குறைத்துக் கொள்ளவில்லை என்பதை உறுதி செய்ய, மீண்டும் நான் அமர்ந்திருந்த இடத்தில் சென்று அமர்ந்திருந்தேன். அவன் உள்ளே வந்ததும்,

"எங்க இருக்க? வந்து சாப்பிடு" என அழைத்தான்.

அவன் என் பெயரைச் சொல்லாமல் கூப்பிட்டது அவன் கோபத்தை உறுதி செய்தது. நான் எதுவும் பேசாமல் என் கைவளையல்களை அசைத்து அவனுக்கு நான் இருக்கும் இடத்தை அறிவித்தேன்.

அவன் சாப்பாடு மேசையில் தட்டை எடுத்து, தோசையைப் பிரித்து வைத்தான்.

"இப்போ வரியா இல்லையா?" எனக் குரல் உயர்த்தினான். நான், 'உன் தோசையும் வேண்டாம், ஒரு மயிரும்' என்று மனதில் நினைத்துக்கொண்டு,

"உன் தோசையும் வேண்டாம். ஒருவெங்காயமும் வேண்டாம்" எனக் கத்தினேன். அவன் "வேணும்னா சாப்பிடு" எனச் சொல்லிக் கொண்டு அமர்ந்து சாப்பிட்டான். மனம் வலித்தது. வயிற்றில் பிள்ளை சோர்ந்துவிடும் என மனம் நினைத்தது. ஒரு கோபத்தைக் கூட முழுமையான சுதந்திரமாக காட்ட முடியவில்லை என எண்ணிக் கொண்டேன். நானே சென்று தோசையை எடுத்துக் கொண்டு மீண்டும்

லிவின்   163

அங்கணச் சுவர் திண்டில் வந்தமர்ந்து சாப்பிட்டேன். பாதி சாப்பிடும்போது..

நான் ''உன்னால தான் எனக்கு இந்த நிலமை'' என நாட்டியத்தைச் சொன்னேன்.

அவன் நான் புற்று நோயைச் சொல்கிறேன் என நினைத்து விட்டான். மீண்டும் இருவருக்கும் வாக்குவாதம் பேய் மழைபோல பெய்து அடங்கியது. இரவு, ஒரு ஒற்றைப் பனைமரத் தனிமையாகக் கடந்தது.

இருவரும் இரண்டு தினங்களாக பேசிக்கொள்ளவே இல்லை. எனக்குத் துணை தேவைப்பட்டது. சேதுவிடம் சென்று பேச மனம் மறுத்தது. எனக்கு நான் மட்டுமே துணை என மனம் முடிவு செய்திருந்தது. பிறப்பிலிருந்து நான் உறவுகளுக்காக ஏங்கியிருக்கிறேன். எந்த உறவுகளும் நிரந்தமல்ல என்பதை பல முறை நினைத்திருக்கிறேன். பள்ளித் தோழி அமுதாவை நினைத்துக் கொண்டேன். பள்ளிக்கூடம் முடியும் போதே அவள் வேறு பாதையில் சென்றுவிட்டாள். கல்லூரியில் என்னை நானே தனிமைப் படுத்திக் கொண்டிருந்தேன். எங்கே என் வீட்டின் நிலை அறிந்து விடுவார்கள் என்று யாரிடமும் அவ்வளவாக பழகியதுமில்லை. அந்த மழை இரவில் என்னைப் பற்றி சிறிது கூட அக்கறை இல்லாமல், அப்பாவும் வீட்டைவிட்டு வெளியேறினார். என்னை அவருடன் அழைத்துச் சென்றிருக்கலாம். அவரும் அவர் நலனைத்தானே விரும்பியிருக்கிறார். பின் சேதுவின் குடும்பம், இப்போது சேது. எவரும் நிரந்தரமில்லை. யார் வேண்டுமானாலும் என்னை விலக்கியிருக்கலாம். ஆனால், சேது என்னோடு சண்டையிட்டு என்னை வெறுப்பான் என்று கனவில் கூட நினைத்ததில்லை.

ஒரு முறை ஏரியில் காதல் நிறைந்து இருவரும் அமர்ந்திருந்த போது என் கைகளைப் பிடித்துக்கொண்டு ''நானே அவனுக்கு பார்வை'' எனச் சொன்னான். ''எப்போதும் என்னைப் பிரிவதில்லை''

எனச் சொன்னான். மனிதன் நிலமைக்கு தக்க மாறிவிடுகிறான். ஏன் நானும் தானோ?. நான் என்னைப் பார்த்துக் கொள்ளவில்லை என்பது உண்மைதான். இன்னும் கொஞ்சம் உடலைப் பற்றி அறிந்துகொண்டு இந்த நிலை வராமல் தடுத்திருக்கலாம். வந்தாகிவிட்டது, தளர்ந்து விடுகிறேன். என்னால் தனியாக எழுந்து நடக்கக் கூட சில நேரம் முடிவதில்லை. ஒரு நபர் எந்த நேரமும் கூடவே இருக்க வேண்டும். வேறு யார் எனக்கு உண்டு, சேதுவைத் தவிர. அவனும் மகிழ்ச்சியாக இல்லை.

சேது என்னோடு பேசாமலே, எனக்கான தேவைகளுக்கு உதவினான். ஏதாவது முக்கியமான தவிர்க்கமுடியாத தேவைகளுக்கு மட்டும் முகத்தை இறுக்கமாக வைத்துக் கொண்டு கேட்பான், பதில் சொல்வான். அவன் மனதில் இவ்வளவுக்கு என்னை வெறுக்க நான் என்ன செய்தேன்? அவன் நாட்களையும் நேரத்தையும் அதிகமாக எடுத்துக் கொள்கிறேன். என்னைவிட அவனுக்கு ஓவியம் முக்கியமாகப்படுகிறது என்பதை ஒவ்வொரு நிமிடத்திலும் அறிகிறேன். நாட்கள் கடக்க கடக்க இன்னும் விரிசல் பெரிதாகிப் போனது. நானே சேதுவிடம் ஒரு கட்டத்தில் என்னை பிரிந்து சென்றுவிடு என கேட்டுக்கொண்டேன். இல்லை நான் வளர்ந்த என் வீட்டிற்கு சென்றுவிடுகிறேன் எனச்சொன்னேன்.

சேது சில நேரம் மனம் லேசுப்பட்டு என்னோடு அன்பாக இருந்தாலும், பல நேரங்களில் அவன் வார்த்தைகளில், செய்கையில், வெறுப்பின் வீச்சை உணர்வேன். பல நேரங்களில் அவன் அன்பு செய்வது போல நடிப்பான். எனக்கு அவனிடம் அதுவே போதுமான அன்பாக இருந்தது. இப்போது அவனிடம் எந்த வேலையும் சொல்வதில்லை. சேதுவை என்னால் வெறுக்க இயலாது. எனக்காக அவன் நிறைய இழந்திருக்கிறான். இன்னமும் அவன் மனதில் எங்கோ ஒரு மூலையில் எனக்கான சிறு இடத்தைத் தந்திருக்கிறான்.

நான் எத்தனை முயற்சித்தும் சேதுவோடு பழைய வெகுளியான அன்போடு இருக்க இயலவில்லை. நான் என்னும் தனிமையின் காலம் துவங்கி வெகுநாட்கள் கடந்திருந்தன. எனக்கு வந்த புற்று நோயைக் கூட எளிதில் கடந்து வந்துவிட்டேன். இந்த உறவு விரிசலை, இந்தத் தனிமையை, இந்த ஏக்கத்தின் வாடுதலை எப்படிக் கடப்பேன்?. உடலின் வலியை விட மனம் மிகவும் வலி கொள்கிறது. மகிழ்ச்சியாக இருப்பதாக நடிக்க வேண்டியிருந்தது.

சேதுவின் மகிழ்சிக்காக மனதுக்கு பிடிக்காமலே வளைகாப்பிற்கு ஒத்துக் கொண்டேன். குளக்கரை வீட்டில் நிகழ்வை சிறியதாக நடத்தக் கேட்டேன். ஒத்துக்கொள்ளவில்லை. மீண்டும் வேண்டாம் என்றால் சேதுவோடு மீதமிருந்த கொஞ்ச உறவும் முடிவுக்கு வந்துவிடும் என்பதை அறிந்திருந்தேன். எனக்கு வேறு வழிகள் இல்லை. இதுவரை என் உறவு வேண்டாம் என்றுதானே இருந்தார்கள். அப்படியே இருந்திருக்கலாம்தானே. இந்த உறவுமுறை மூலம் அடக்கி அடிமைப்படுத்துவதை என்னால் ஒத்துக்கொள்ளவே இயலவில்லை.

வளைகாப்பு நடத்துவது என்மீது இருக்கும் அன்பில்லை. சேதுவின் திருமண நிகழ்வு நடக்கவில்லை என்பதால் உறவுமுறைகளுக்கு முன்பு ஒரு பெருமைக்கான காட்சியாக்க வேண்டும் என்பதே நோக்கம். நான் புற்று நோயிலிருந்து இப்போது தான் விடுபட்டு வந்திருக்கிறேன் என்பதில் சிறிது அளவு கூட அக்கறை இருப்பதாகத் தெரியவில்லை. நானோ என் மார்புகள் இல்லாமல் வீட்டை விட்டு வெளியே செல்வதையே விட்டு விட்டிருந்தேன். நான் தைத்து வைத்திருந்த அலங்காரங்களும் முத்துக்களும் கொண்ட மேலாடையை அணிந்து கொள்வதை வெறுத்திருந்தேன். மார்பகம் இல்லாமல் மார்புக் கச்சை எப்படி எதற்காக அணிந்துகொள்வது?.

மருத்துவமனையில் சிலிக்கானிலான செயற்கை மார்பகங்கள் தந்தார்கள். மனம் அதை ஏற்க மறுத்திருந்தது. வெளியே நான் அறுவை

சிகிச்சை செய்துகொண்டவள் என்பதைச் சொல்லத் தயக்கம் கொண்டிருந்தேன். தவிர்க்கமுடியாமல் வெளியே செல்லும்போது அதை அணிந்துகொள்வேன். பொது இடங்களில் சில ஆண்களின் கண்கள் என் மார்பகங்களை மேயும். பின் என் நிறைமாத வயிற்றைக் கண்டதும் விலகிக்கொள்ளும். என் இளவயது மார்பை எத்தனை அந்நியக் கண்கள் மேய்ந்திருக்கும், இப்போதும் அவர்கள் கண்கள் எத்தனை பெண்களின் மார்பகங்களை மேய்ந்துகொண்டிருக்கும். அங்கு எட்டில் ஒரு பெண்ணில் மார்புகள் இல்லை வெறும் சிலிக்கானோ இல்லை துணியோதான் இருக்கும் என்பதை அறியமாட்டார்கள். என்னிடம் உடலின் வேறு பகுதி சதை எடுத்து மார்பகம்போல அறுவைசிகிச்சை செய்து தருவதாகக் கேட்டார்கள். யாரைக் கவர்ந்து கொள்ள? என்பதே எனக்கு மனதில் தோன்றியது. சேது கலவியில் தொட்டு உணர்ந்து மோகம் கொள்ளச் செயற்கைக் சதைவைத்துக்கொள்ள வேண்டுமா என நினைத்தேன். எனக்கு அது தேவைப்படுமோ? என மனதில் கேட்டேன். ஆம், என்றது ஒருமனம்; இல்லை என்றது மறுமனம். எனக்கான மனதிடத்திற்கு அது தேவை எனும் பட்சத்தில் அறுவை சிகிச்சை செய்துகொள்ளலாம், முதலில் பிள்ளையைப் பத்திரமாக பெற்றெடுத்துவிட்டு உடலைப் பற்றிக் கவலை கொள்ளலாம் என நினைத்தேன். ஆனாலும், நிச்சயம் இனி உடலைப் பற்றி அக்கறையற்று இருக்கப்போவதில்லை என முடிவு செய்திருந்தேன்.

நான் சேதுவிடம், என் நிலையை வாய்விட்டே சொன்னேன். எப்படி நான் சேலை அணிந்து நிகழ்வில் இருப்பது. எனக்கு மனம் பக்குவப்படவில்லை, என் உடல் பக்குவப்படவில்லை என்றேன். அவனோ பிராஸ்தடிக்ஸை வைத்துக்கொள் என்கிறான். பரவாயில்லை; என்றைக்கு ஆனாலும் அதுவே என் மார்புகள். நான் பக்குவப்படவில்லை என்றாலும் உலகம் என்னை பக்குவப்படுத்தும்.

வளைகாப்பின் அன்று என்னை அலங்காரம் செய்துவிக்க பெண் ஒப்பனைக் கலைஞர் ஒருவர் வந்திருந்தாள். இருபத்தைந்து

வயதிருக்கும், ஆடை அலங்கார ஒப்பனையில் மிகவும் நேர்த்தியாக வந்திருந்தாள். கருமை நிறம் அவள். அதை அவள் மறைக்கவில்லை, வெள்ளையாக்கவில்லை ஆனால், புருவ முடியை நேர்த்தி செய்து, தலை முடியை முக அமைப்பிற்கு ஏற்றபடி வெட்டி, உதடுச் சாயம் அதிகமும் இல்லாமல் அவள் நிறத்துக்கு ஒத்த வண்ணம் செய்திருந்தாள். அவள் நிறத்திற்கும் உடல் வடிவிற்கும் நேர்த்தியான ஆடை, செருப்பு, கைவளையல், என கச்சிதமான அலங்காரம். ஆனாலும், ஏன் இப்படி அலங்காரம் செய்துகொள்ளவேண்டும்? இயற்கையாக இருப்பதுபோல இருந்துவிட வேண்டியது தானே? யாருக்கு காட்டிக்கொள்ள இப்படி செய்யவேண்டும்? நான் ஆண்களின் மோகப் பொருளா? இல்லை இந்த அலங்காரப் பொருட்கள் விற்கும் கம்பனிகளுக்கு வியாபரத்திற்கான நுகர்வு அடிமையா? என, பல கேள்விகள் மனதில் வந்தது. அதை மொத்தமாகக் கட்டி அந்தப் பெண்ணிடமே கேட்டுப்பார்க்கலாம் என நினைத்தேன்.

அலங்காரம் செய்துகொள்வது பற்றி என்ன நினைக்கிறீர்கள்? எனக் கேட்டேன்.

மற்றவர்களுக்காக எப்போதும் அலங்காரம் செய்து கொள்ளாதீர்கள், நான் என் மன மகிழ்சிக்காக அலங்காரம் செய்துகொள்வேன். நான் நானாக தெரியும்படியான அலங்காரமே தவிர வேறொரு பெண்ணாக காட்டும் அலங்காரமில்லை. யாரையும் கவரும் நோக்கம் எனக்கு இருப்பதில்லை. அவசியமுமில்லை. ஆடையோ, அலங்காரமோ அதன் அளவு என்பது தனி மனிதனின் முடிவு. ஆனாலும், என்னுடைய ஒரு சொல் எப்படி இன்னொருவரது காதுகளில் சேரும்போது அந்த நபரைச் சார்ந்து பாதிக்குமோ அதுபோலவே என் அலங்காரம் மற்ற மனிதர்களின் கண்களில் படும்போது அது அவர்களின் மனதின் சிந்தனையாகிவிடுகிறது.

என் மனம் நான் செயற்கை மார்பகங்கள் வைத்துக்கொள்வது யாருக்காகவும் அல்ல எனக்காக என முடிவு செய்தது. நான் நன்றி சொன்னேன். கூடவே ஆடையோடு உடலையும் பாத்துக்கோ என அவள் கன்னங்களைத் தொட்டுச் சொன்னேன். அவளுக்குப் புரிந்ததா எனத் தெரியவில்லை.

வளைகாப்பு நிகழ்வு மிகவும் விமரிசையாக நடந்தது. என்னை அறியாமலே நான் மகிழ்ச்சியாக இருந்தேன். என் அவமானங்களுக்கு மருந்து என நினைக்கும்போதே, நிச்சயம் அதை அவமானங்களாக நான் நினைத்திருக்கக் கூடாது. அது என்னைச் சுற்றி இருந்த சமூகத்தின் அறிவீனமும் அவமானமும் எனச் சொல்வது தான் சரி என மனம் பக்குவப்பட்டது. இந்த நாள் என்னுடைய நாள். நானும் என் பிள்ளையும் மகிழ்ந்திருப்பதைத் தவிர வேறு யார் மகிழ்ந்திருப்பார்கள். நான் யாரைப் பற்றியும் கவலைப்படவில்லை. சேதுவின் குடும்பத்தைப் பற்றியோ, சேதுவைப் பற்றியோ இல்லை சண்டையைப் பற்றியோ நான் கவலைகொள்ளவே இல்லை.

பட்டாளம் சாரும், மரியம்மாளும் நிகழ்வுக்கு வந்திருந்தார்கள். பட்டாளம் சார் என்னை இப்படிச் சிரித்துப் பார்த்து வெகு நாட்கள் ஆயிற்று என குதூகலித்தார். மரியம்மாளும் நானும் பட்டாளம் சாரும் சேதுவும் நின்று புகைப்படம் எடுத்துக்கொண்டோம். பின் சேதுவுடன் தனியாக சில புகைப்படங்கள். சேதுவும் மனம் லேசுபட்டிருந்தான். என் மகிழ்ச்சியில் அவனும் கலந்திருந்தான். நிகழ்வு முடிந்ததும் ஆடை மாற்ற உதவுவதாக சேதுவின் அண்ணி கேட்டார். எனக்கு எப்படி அவர் முன் என் மார்பைக் காட்ட எனக் கடினமானது. நான் "இல்ல கொஞ்ச நேரம் கழிச்சு மாத்திக்கிறேன்" எனச் சொல்லி நகர்ந்தேன்.

நான் சேதுவை உதவுமாறு சொன்னேன். என்னை சேதுவின் வீட்டில் கொஞ்சம் நன்றாகத்தான் கவனித்தார்கள் எனப்பட்டது. எனக்கான மரியாதையும் தேவையையும் அறிந்து செய்தார்கள்.

சேதுவும் ஆடை மாற்ற உதவ, என்னை அவன் அறைக்கு அழைத்துச் சென்றான். கதவைச் சாத்திவிட்டு நான் சேதுவை சில நிமிடம் கட்டிக்கொண்டு நின்றேன். அவனுக்கும் என் அணைப்பு தேவைப்பட்டது என்பதை அவன் கைகளின் இறுக்கத்தில் அறிந்தேன்.

"சேது என்ன மன்னிச்சிடுடா, என்ன நான் பாத்துக்கிறேன், சத்தியமா" எனச் சொன்னேன்.

அவனும் "நந்துமா, என்னவானாலும் நான் அப்படி பேசி இருக்கவே கூடாது, வாய் தவறியோ எப்படியோ வந்துவிட்டது; என்ன மன்னிச்சிடு, பிளீஸ்" என என்னை மீண்டும் அணைத்து என் கன்னத்தில் முத்தமிட்டான்.

நான் அவன் முகத்தைப் பிடித்து உதட்டில் முத்தமிட்டேன். பின் "நான் வளையல் அலங்காரத்தில் எப்படி இருக்கிறேன் என அறிந்து கொள்கிறாயா?" எனக் கேட்டேன். அவன் என்னைத் தொட்டுப் பார்த்து அவன் உலகில் உருவாக்கிக் கொண்டான். உண்மையில் அவனும் என்னை வளைகாப்புக் கோலத்தில் பார்க்க ஆசைப்பட்டிருக்கிறான் என்பதை பின் ஒரு நாள் என்னை அப்படியே ஓவியமாக வரைந்த போது என் மனம் அறிந்துகொண்டது. அப்போது அவனிடம், ஏன் அவன் வளைகாப்பு நடத்தக் கேட்டபோது, வேண்டுமென்றே பிடிவாதமாக வேண்டாம் என்றேன் என்பதைச் சொன்னேன்.

அவன் அண்ணியின் வளைகாப்பிற்கு என்னை அழைத்துப் போயிருந்தபோது. அதுவும் வீட்டிலும் அல்ல, வெளியே மண்டபத்தில். சடங்குகளில் என்னைச் சேர்க்கவே இல்லை. முறைகளை என்னைச் செய்யவிடவில்லை. நான் ஏதோ பாவம் செய்தவள் என எல்லோரும் என்னை விலக்கியே நிற்க வைத்து நிகழ்வுகளை நடத்தினார்கள். பின் ஏன் என்னை அழைத்தார்கள்? எனக் கேட்டால், அழைக்காமல் விட்டால் நான் வருத்தப்படுவேனாம்.

உதிர்வு

எனக்கு என்ன சொல்லவென்றே தெரியவில்லை. அன்று அந்த மனக்கசப்போடு வீடு திரும்பினேன். இவற்றை நான் எப்படி மறப்பேன்? அவர்கள் உறவு வேண்டாம் என்று அப்போதே முடிவு செய்திருந்தேன் எனச் சொன்னேன். அவனும் என்னைப் புரிந்து கொண்டான்.

நான் பேறுகாலத்தை நெருங்கிக்கொண்டிருந்தேன். இன்னும் சில வாரங்களில் தேதி வந்துவிடும். பிள்ளையைப் பெற்றெடுக்க நான் மனதை உறுதி செய்து கொண்டிருந்தேன். சேதுவும், பட்டாளம் சாரும், மரியம்மாளும் என்னை நன்றாகப் பார்த்துக்கொண்டார்கள்.

கனவு

வளைகாப்பு முடிந்து ஒரு வாரம் கடந்திருந்தது. நிகழ்வுகளை நினைத்தும் மீண்டும் சேதுவோடு உறவில் லேசுபட முடிந்ததை நினைத்தும் மனம் நிம்மதி கொண்டிருந்தது. சேது ஓவியக்கண்காட்சி இருப்பதாக ஒரு வாரம் வெளியூர் சென்றிருந்தான். நான் தனியாகக் குளக்கரை வீட்டில் என் வேலைகளைக் கவனித்துக்கொண்டும் வாழ்க்கையைத் திட்டமிட்டுக் கொண்டுமிருந்தேன். இரண்டு மூன்று நாட்கள் தனிமை எனக்கு புது அனுபவங்களை தந்தது. அன்று இரவில் வெகு நேரம் குளக்கரைச் சாளரத் திட்டில் அமர்ந்திருந்தேன், குழந்தை இனி எப்போது வேண்டுமென்றாலும் பிறக்கலாம், என மனம் ஆயத்தப்படத் தொடங்கியது. வீட்டில் உள்ள பொருட்களை இடம் மாற்றவும், சுத்தம் செய்யவும், குழந்தைக்கான விளையாட்டு பொருட்கள், துணிகள், தேவையான அத்தியாவசியப் பொருட்கள் என வாங்க ஆலோசித்துக் கொண்டிருந்தேன். வயிறு வலி லேசாக வந்து போவது போன்ற உணர்வு. சேதுவிடம் இனி என்னைத் தனிமையில் விட்டுச்செல்ல வேண்டாம் எனக் கேட்டுக்கொள்ள நினைத்தேன்.

வெளியே குளக்கரை, முன்பு இரவில் கர்ப்பப்பரிசோதனை அட்டையை கையில் பிடித்து அமர்ந்திருந்த போது எப்படி இருந்ததோ அப்படியே குளிர்காற்றும், ஈரச் சாரலும் என அமைதியான காட்சியாக

இருந்தது. அன்று என்னால் அதை ரசிக்க இயலவில்லை. இன்று அதன் அழகில் மயங்கி இருக்கிறேன். ஒரு நல்ல கனவைப் போல அது எனக்குள் இன்பத்தைத் தந்தது. நிலவிலிருந்து கண் எடுக்க மனமில்லாதபடி மேகமும், வானமும், நிலவும் நண்பர்களைப் போல விளையாடிக் கொண்டிருந்தார்கள். நான் சற்று நடந்து அருகில் கிடந்த கட்டிலில் இடது புறமாகச் சரிந்து படுத்துக்கொண்டு நிலாவைப் பார்த்தபடி கண் அயர்ந்தேன். என்னை ஒரு மழலைக் குரல் ''அம்மா...'' என அழைத்தது. கண் விழித்துத் தேடினபோது, ஒருவயது மதிக்கத்தக்க ஒரு பெண் குழந்தை முட்டிவரை கவுன் அணிந்து என்னை 'வா' என அழைத்தாள். அவள் என் குழந்தைதான். எனக்குள் ஆச்சரியம் பேரருவியாகப் பரவியது, மனம் பல மைல்களுக்கு பூக்கள் பூத்துக் கிடப்பதைப் பார்ப்பதைப் போல பரவசத்தில் மூழ்கியது. மீண்டும் எனக்குள் அம்மா என்று அழைத்த குரல் நினைவில் வந்து கேட்டது. நான் வினாடிகளுக்குள் அவளைக் கையில் பிடித்துக்கொண்டு தாய் அனுபவத்திற்குள் கடந்தேன். சேதுவை மறந்துவிட்டிருந்தேன். என் உலகில் நானும் அவளும் மட்டுமே. என் சிந்தனையும், கண்களும், உணர்வும் வேறு எதையும் அனுமதிக்கவில்லை. ஒரு மெய் மறந்த உணர்வு. நிசத்திற்கும் நிழலுக்கும் இடையே ஒரு மெல்லிய கோட்டைப்போல, கண் விழிப்பிற்கும், உறக்கத்திற்கும் நடுவில் ஒரு வாழ்க்கை இருப்பது போல இருந்தது.

நான் அவளை என் மார்போடு சேர்த்துக்கொண்டேன். அவளைப் பார்த்தவுடன் என் குழந்தை என்கிற உணர்வு எனக்குள் எல்லா அணுக்களிலும் பரவிக்கொண்டது. அவளை எப்படி பால் அமுதம் தந்து வளர்த்தேன் என்பது நினைவில் இல்லை, அதை சிந்திக்கவும் மனம் நினைக்கவில்லை. என் பிள்ளை அவள் என்கிற எண்ணம் மட்டும் முழுவதுமாக என்னை நிரப்பியிருந்தது. வேறு எந்த அறிவின் எண்ணங்களும் இல்லாத ஒரு நிலை. அவள் என்னோடு பேசினாள்.

"அம்மா, வா விளையாடலாம் என்றாள்"

நான் வசியம் செய்யப்பட்டவள் போல அவள் உறைக்காத பாதங்களுக்குப் பின்னே சென்றேன். என் முன்னே ஓடினாள். நானும் அவளோடு விளையாடினேன். எவ்வளவு நேரம் என்றில்லாமல் அவள் இருப்போடு நானும் இசைந்திருந்தேன். வீடெல்லாம் பொம்மைகள் இருந்தன. இருவரும் மாற்றி மாற்றி கொஞ்சிக் கொண்டோம். அவளுக்காக இனிப்புகள் செய்தேன். வித விதமான திரவ உணவுகள் செய்தேன். எச்சில் ஒழுக ஒழுகத் தின்றாள். நான் முட்டியிட்டு அவள் முன்னால் நடந்தால் அவளுக்கு மிகவும் பிடித்திருந்தது. என் கால்கள் வலிக்க வலிக்க நடந்தேன். அவள் முகத்தில் சிரிப்பு குறையாமல் பார்த்துக் கொண்டேன். அவள் சிரிப்பே எனக்குள் தாய்மையின் இன்பத்தை இரட்டிப்பாகத் தந்தது.

காலச்சக்கரத்தை வேகமாக யாரோ திருப்புவதுபோல நாட்கள் நகர்ந்தன. இரவும் பகலும் அவள் என்னோடு இருந்தாள். நானும் அவளும் மட்டுமிருந்தோம். அவள் தூங்க அவளுக்காக தாலாட்டுப் பாடினேன். அவளை மடியிலும், தோளிலும், என் போர்வைக்குள்ளும் எனத் தூங்க வைத்தேன். அவள் கதகதப்பு இல்லாமல் என்னால் இருக்கவே இயலவில்லை. அவள் பிஞ்சுக் கைகளில் வளையல் அணிவித்தேன்; கால்களில் கொலுசு அணிவித்தேன். அதை அணிந்துகொண்டு அவள் துள்ளி ஓடும்போது அதன் முத்துக்களில் என் சலங்கையை நினைத்துக் கொண்டேன்.

முதல் முறை பாபு அண்ணா அவள் தலையை மொட்டை அடித்தபோது சிறு கீறல் பட்டதும் அவள் ஏங்கி அழத் துவங்கினாள். அம்மா.. என நொடிக்கு இரண்டு முறை சொல்லி அழுதாள். என்னால் தாங்கிக் கொள்ளவே முடியவில்லை. பாபு அண்ணாவை திட்டித் தீர்த்து விட்டேன். அவளைத் தூக்கிக்கொண்டு ஓடினேன். எவ்வளவு தூரம், எங்கு என்பதெலாம் எனக்குத் தெரியவில்லை ஆனால் ஓடிக்கொண்டே இருந்தேன். அவளிடம் இனி மொட்டை

அடிக்கமாட்டேன். நீளக் கூந்தலாக வளர்க்கலாம் என சத்தியம் செய்தேன்.

எப்படி கடற்கரைக்கு வந்தோம் என்பது நினைவில் இல்லை. இருவரும் மணல் வீடு கட்டிக்கொண்டோம். அலைகளைப் பிடிக்க முயன்றோம். அதில் நண்டு வருவதைக் கண்டு பயந்து இருவரும் விலகி ஓடினோம். பின் குழியில் குச்சியை வைத்துப்பார்த்து நண்டை தேடிக் கொண்டோம். அவள் என்னை அறியாமலே வளர்ந்திருந்தாள். முடி வளர்ந்திருந்தது. வண்ணங்களைச் சொன்னாள், நிறைய கேள்விகள் கேட்டாள். வானம் ஏன் நீல நிறம் என்பாள்? ஒவ்வொரு விலங்கையும் இது என்ன அது என்ன என்பாள். கண்ணில் படும் அத்தனைக்கும் கேள்விகள் கேட்டாள். ஒரு முறை குளிக்கவைக்கும் போது அவள் உறுப்புகளைக் காட்டி இவை என்னவென கேட்டாள். அவளுக்குத் தெரிந்த மொழியில் அதைச் சொன்னேன். இன்னும் அவள் பல கேள்விகள் கேட்டாள். அத்தனைக்கும் விடை சொன்னேன். என் சலங்கைகளை அவள் எடுத்து வந்து எனக்கு அணிவித்து தந்தாள். நான் அவளுக்காக நடனமாடினேன். என் பார்வையாளரைப் போல அவள் எனக்கு கைதட்டினாள். நானும் அவளும் இணைந்து ஆடினோம்.

எனக்கு இவை எல்லாம் உண்மைதானா எனச் சந்தேகம் வரும். ஆனாலும், காலம் மிக வேகமாக ஓடுகிறது என்பதைப் போல இருந்தது. சேதுவோ, அவன் குடும்பமோ யாருமே நினைவில் இல்லாததுபோல இருந்தது. எங்கள் இருவரது வாழ்க்கைக்குள்ளும் இல்லை. ஏன் என்பது உணர்வில் இல்லை. அந்தக் கேள்வியும் நினைவில் இல்லாதது போல மறைந்து போனது.

ஒரு நாள் பள்ளிச் சீருடையிட்டு வந்தாள். பாட்டும் நடனமும் பரிசும் என ஒவ்வொரு நாளும் ஒவ்வொரு ஆச்சரியங்கள் தந்தாள். எல்லாமே அவள் அம்மா என்பதைப் போல என்னைச் சுற்றியே இருந்தாள். நானும் அவள் தான் உலகம் என்பதைப் போல அவளைச்

சுற்றியே இருந்தேன். அவள் என்னை ஒரு நொடிகூட பிரிந்து செல்லவே இல்லை; நானும் தான்.

ஒரு மழை தினத்தில் இருவரும் நனைந்தபடி விளையாடிக் கொண்டிருந்தோம். அவள் என்னைத் துரத்தி பிடித்துக் கொண்டிருந்தாள். பின் நான் அவளைத் துரத்திக் கொண்டிருந்தேன். வேகமாக மின்னல் வெட்டி இடி இடித்தபோது அவள் பயந்து அம்மா என அலறிக் கொண்டு ஓடி என் கைகளுக்குள் வந்தாள். நான் அவளை என் கைகளோடு சேர்த்துப் பிடித்து மார்புக்குள் இழுத்து அணைத்துக் கொண்டபோது, மின்னல் காணாமல் போனது போல அவள் காணாமல் போனாள்.

நான் உறக்கம் கலைந்து எழுந்து அவளை என் மார்பிலும், மடியிலும், சுற்றியும் தேடினேன். வெளியே இடியுடன் மழை பெய்து கொண்டிருந்தது. கனவு கண்டிருக்கிறேன் என நான் உணர்ந்து கொள்ளச் சில நிமிடங்கள் பிடித்தது. பல வருடங்கள் எனக்குச் சில மணி நேரத்தில் கடந்து போனது போல இருந்தன. கனவின் ஒவ்வொரு நிகழ்வுகளும் நினைவில் இருந்தன. ஆனால், அவள் முகம் மட்டும் எனக்கு மறந்து போயிருந்தது. எவ்வளவு முயற்சித்தும் அது எனக்கு நினைவில் வரவில்லை. என் மனதின் ஆசைகளைத்தான் கனவாக கண்டிருக்கிறேன் என்பதை என்னால் அறிந்து கொள்ள முடிந்தது. ஆனால் பெண் குழந்தை எப்படி? எனக் கேள்வி மனதை நிரப்பிக் கொண்டது. நான் என் நிறைமாத வயிற்றைத் தடவிக் கொண்டேன். ஆணோ பெண்ணோ உன்னோடு அம்மாவாகப் பிறக்கத் தவமிருக்கிறேன் எனச் சொல்லிக் கொண்டேன்.

சேதுவைப் பார்க்கவேண்டும் போல இருந்தது. அவன் அணைப்பு தேவைப்பட்டது. அவனுக்கு என் கனவை விளக்கிச் சொல்லி அதுபோல குழந்தையை வளர்க்க வேண்டும் என, கேட்க ஆசைப்பட்டேன். மீண்டும் எனக்குத் தூக்கம் வரவில்லை. மெதுவாக வீட்டின் அறையில் நடந்தேன். மீண்டும் சாளரத் திண்டில் வந்தமர்ந்து

உதிர்வு 176

வெளியே மழையை இரசித்தேன். சேதுவும் நானும் குழந்தையைப் பற்றி பேசிக் கொண்டது நினைவில் வந்தது.

இதுபோன்ற ஒரு மழைஇரவில் கலவி முடித்து படுத்திருந்தோம், நான் சேதுவின் மார்பில் தலை வைத்து படுத்திருந்தேன், அவன் உடலின் சூடு என் உடலோடு பரவி, இரவின் குளிருக்கு ஒரு போர்வையானது. அவன் என் தலைமுடியைப் பிடித்து வருடியபடிக் கிடந்தான். மின்னலின் ஒளி இருவரின் உடலையும் மழைக்குக் காட்டி மறைத்துக் கொண்டிருந்தது. வானம் தூரமாய் இடி முழக்கத்தை தந்துகொண்டிருந்தது. நான் தலை உயர்த்தி சேதுவிடம்..

"சேது, உனக்கு எத்தனை குழந்தைகள் வேண்டும்?" என்றேன்.

"மூன்று" என்றான்

நான் ஆச்சரியமாகச் சிரித்துக் கொண்டு, "மூன்று எல்லாம் முடியாது வேணும்னா, போனா போகட்டும் ஒரு ஐந்து பெத்துக்கலாம்" என்றேன்.

இருவரும் சிரித்துக் கிடந்தோம்.

நான் சேதுவிடம், நான் குழந்தைப்பருவத்தை இழந்தது போல என் பிள்ளைகள் இழக்கக்கூடாது சேது. நமக்கு குழந்தை பிறந்தா, அதை நாம எப்படி எல்லாம் வளக்கணும்னு யோசிக்கிறேன் தெரியுமா?.

"சொல்லு, எப்படி வளக்கலாம்"

"நல்ல தைரியமா வளக்கணும், முக்கியமா குழந்தைங்கள குழந்தையா வளக்கணும். அவங்க மொழியில இந்த உலகத்தச் சொல்லணும். அவங்க வளர வளர நாமும் அதோடு வளரணும்.

"ம்... குழந்தைங்க குழந்தைங்கனு என்ன மறந்திட மாட்டியே?"

"முதலில் உனக்குத் தான் என் அன்பு சேது, அப்புறம்தான் குழந்தைங்களுக்கு. அவங்க வளந்திடுவாங்க, நாம கூட இருந்தாப் போதும். அவங்க அவங்க வாழ்க்கையப் பாத்து போயிடுவாங்கல?

லிவின்

அப்புறம் உனக்கு நானும் எனக்கு நீயும் தானே. நாம சின்ன வயசில அவங்க கூட இருந்தது போல ஒரு அணைப்பா நமக்கு அவங்க இருந்தாப் போதும்.

''சரி, உங்கிட்ட ஒன்னு கேக்கேன், எனக்குப் பதில் சொல்லு.''

''...............''

''நீ நல்ல அழகா வடிவா இருக்க, எந்தக் குறையும் இல்ல. என்ன ஏன் காதலிச்ச?''

நான் சிறிது நேரம் பதில் சொல்லவே இல்லை. அவன் மீண்டும் கேட்டான். ''சொல்லு நந்து.''

''தெரியல சேது, உன் தனிமை என் தனிமையோடு ஒத்ததாக இருந்தது. நான் மிகவும் பயந்தவள். அன்புக்காக ஏங்கிக் கிடந்தவள். என்னைப் பற்றி நீ எந்தக் கேள்வியும் கேட்டதில்லை. ஆனாலும், உன்னை முதல் முதலில் கல்லூரிக் கலை விழாவில் சந்தித்தபோதே பிடித்திருந்தது. ஏதோ ஒரு உணர்வின் ஈர்ப்பு உன்மேல் இருந்தது சேது.''

அவன், முகம் மலரச் சத்தமில்லாமல் சிரித்தான். அவனுக்குள் நான் அவன் மேல் பரிதாபப்பட்டுக் காதலிக்கிறேன் என ஒரு தாழ்மை எண்ணம். உண்மையில் நான் பரிதாபப்படவில்லை என்பதை முத்தத்தால் இன்னும் அழுத்தமாகச் சொன்னேன்.

குளிர்காற்று தோலைத் தடவியதும் ரோமங்கள் புல்லரித்தன. போர்வையை இழுத்து இருவரும் உள்ளே புகுந்து கொண்டோம்.

பயணம்

சேதுவுடன் பழைய நிலைக்குத் திரும்பியிருந்தாலும். இந்த உலகில் நான் மட்டும் தனிமையாக இருப்பதாகப் பட்டது. ஆனாலும், ஒன்றும் கவலை இல்லை. பழகி விட்டது. தனிமை மட்டும் எனக்கு துன்பத்தைத் தந்ததில்லை. சேது அன்று சண்டையிட்ட பிறகு வாழ்க்கை பற்றின வேறு ஒரு புரிதல் பிறந்தது போல இருந்தது. என் மனம் அந்த நாட்களை மறந்தாலும் சில நேரங்களில் வார்த்தைகள் நினைவில் வந்து காயங்களை உராய்த்துப் பார்த்தது. சேது ஓவியக் கண்காட்சியிலிருந்து வந்ததும் என்னை என் பழைய வீடிற்கு அழைத்துச் செல்லக் கேட்டேன். இந்த நிலையில் போக வேண்டாம் என்றான். ஆனாலும், மனம் ஏனோ வீட்டைப் பார்க்க வேண்டுமென இருந்தது. அம்மாவையும், அப்பாவையும் மனம் தேடியிருக்கவேண்டும்.

சேதுவோடு பயணப்பட்டபோது பழைய நினைவுகள் மனதை நிரப்பிக்கொண்டது. நடனமாடும் பெண்ணைத் தொலைத்து விட்ட வீட்டைப் பார்க்கப் போகிறேன் என்ற கவலை எனக்குள் இருந்தது. என் ஆசைகளில் கொஞ்சமேனும் மீதமிருந்தால் அது நடனமாடுவதுதான். அதற்காக திட்டமிட்டுக்கொண்டிருந்தபோது, இந்தப் புற்றுநோயின் போர்க்காலம் வந்தது. போராட்டம் தான். ஆனாலும், என் வயிற்றில் வளரும் என் பிள்ளைக்காக நான் எதையும் தாங்கிக் கொள்வேன் என நினைத்தேன். உண்மையில் நான்

எனக்காகவே போராடுகிறேன். இந்த சமூகத்தின்முன் எந்த நிலையிலும் நான் தலை குனிந்து நிற்கப் போவதில்லை.

குழந்தை இல்லாதவள் என்னும் அவமானம் என்னில் படிந்துவிடாதபடி இருக்கத்தானோ நான் குழந்தை பெற்றுக் கொண்டேன் என நினைக்கத் தோன்றும். ஒரு வேளை நான் குழந்தை பெற்றுக்கொள்ளவில்லை என்றால் இந்த அவமானங்களை எனக்கு இந்தச் சமூகம் தந்துவிடும் அதில் எந்தச் சந்தேகமுமில்லை. உண்மையில் எனக்கு குழந்தை பெற்றுக்கொள்ளும் விருப்பம் இருந்ததா என்றால் ஆம் என்பதும் இல்லை, இல்லை என்பதும் இல்லை. குழந்தை கருவுறுதல் அது வாழ்க்கையின் ஒரு நகர்வு. வேண்டாம் என்று நான் இருந்ததில்லை. நானும் சேதுவும் காதலில், உடல் தேவையில் காமம் கொள்வோம். அதில் குழந்தை இயற்கையாக கருவுருவாக்கம் நிகழ்ந்திருக்கலாம். என்ன செய்ய? உடலை சரியாக வைத்துக் கொள்ளவில்லையே. அதுவே என் தவறுதான். திருமணவாழ்க்கையில் சில வருடங்கள் கடந்ததும் இந்தச் சுமை வந்துவிடுகிறது, இந்தப் பயம் வந்துவிடுகிறது, கூடவே இந்த சமூகத்தில் கேள்விகளும் அவமானங்களும் வந்துவிடுகின்றன. அந்தப் பயம் குழந்தை இல்லாமல் போனால் என்ன செய்வது?, வயது போனபிறகு குழந்தை இல்லாமல் என்ன செய்வது?. ஒரு வேளை என்னை பட்டுப்போன மரம்போல பார்ப்பார்கள் என்றால் என்ன செய்வது? இப்படியாக, குழந்தை என்னும் வரம் எனக்குச் சுமையாகக் கொடுக்கப்படுகிறது.

மனம் குழந்தைக்கும் ஆசைப்பட்டது. அதன் சின்ன விரல்களைக் கோர்க்க கனவு கண்டது. அது உருண்டு, எழுந்து ஓடி, என்னைச் சுற்றி விளையாடும் எண்ணங்கள் வராமல் இல்லை. அது உமிழ்ந்து என் மார்பைப் பருகி என்னை அம்மா எனச் சொல்லிச் சிரிக்கும் அழகை பத்திரப்படுத்த நினைத்தது. அதை கடமையாக்கிய பாக்கியம் இந்தச் சமூகத்தைதான் சேரும். குழந்தை பெற்றுக்கொள்ள துரத்தும் இந்த

சமூகம் அதை வளர்க்க என்ன செய்யும்? என் உடலைப் பற்றிய புரிதலை யார் எனக்குச் சொல்லிக்கொடுத்தார்கள்? எவருமில்லை.

சரியான உடல் புரிதல் எனக்கு எப்பவும் இருந்ததில்லை. என் உடல் வளர்ச்சியை எப்படி நான் சரியாக வைத்துக்கொள்வது என்பதை நான் அறிந்துகொண்டதே இல்லை. என் உடலின் வளர்ச்சியில் ஹார்மோன்களின் பங்கை, எனக்குப் புற்றுநோய் வந்து மார்புகளை அகற்றும் போதுதான் புரிந்துகொண்டேன்.

மார்பகப் புற்று நோயைப் பற்றி என்றாவது நான் நினைத்துப் பார்த்ததுண்டா? இல்லை என் கரு முட்டைகள் வளர்ந்து வெளியேறாமல் கர்ப்பப்பையிலேயே தங்கிவிடும் என்பதை அறிந்ததுண்டா? உடலின் உறவுகள் தான் என்ன? அதில் மனதின் பங்குதான் என்ன? ஒரு வயதிற்குப் பிறகு, கவலைப்பட இந்த அறிவுப் பாடங்களைவிட முக்கியமானவை வந்துவிடுகின்றன. எதைப்பற்றியும் கவலை இல்லாத நாட்கள், பள்ளி நாட்களே. அந்நாட்களில் இதை அறிந்திருக்கலாம் என்றே நினைக்கிறேன்.

இன்று சேதுவோடு என் சொந்த ஊருக்கு வந்திருக்கிறேன். என் வீடு என்னைப் போலவே பாழடைந்து கிடக்கிறது. அதை என்ன செய்ய வேண்டும் எனத் தெரியவில்லை. நினைவுகள் ஒவ்வொரு சிலந்திவலைகளிலும் சிக்கிக் கிடக்கின்றன. இடிந்துகிடக்கும் சுவர்கள் சொல்லும் ஒரு பேதைப் பெண்ணின் கதை. அந்த சிறுமி ஒன்றுமறியாதவள். வெகுளியாக ஓடி ஆடி, நாட்டியத்தைக் கனவாகக் கொண்டிருந்தவள். வாழ்க்கை என்னவென்று அறிந்துகொள்ளக் கூட வாழ முடியாதவள். பருவங்களில் அவளுக்கு எப்போதும் வீடு துணையாக இருந்ததில்லை. ரோட்டோர நாணலைப் போன்றே வளர்ந்தவள். மிதி பட்ட மீதி வாழ்க்கையை பத்திரப்படுத்தி வந்தவள். கனவுகள் மட்டும் என்னுடையதாக இருந்தன. கனவு காண்பதே எனக்கு அலாதி இன்பம். அதில் மீன்களைப் போல நீந்திக்கிடப்பதே எனக்குச் சுகமாக இருந்தது.

உடைந்து கிடந்த கண்ணாடித் துண்டுகளில் அம்மாவின் முகம் தெரிந்தது. அம்மாவின் பைத்தியகாரத்தனம் சில்லுகள் ஒவ்வொன்றிலும் பிம்பப்பட்டது. ஒரு வேளை அம்மா, இவற்றை எனக்குச் சொல்லிக் கொடுத்திருந்தால் நான் இந்த நிலைக்கு வந்திருக்க மாட்டேனோ? அவளுக்கும் யாரும் எதையும் சொல்லியிருக்க மாட்டார்கள். எது வாழ்க்கை என்று யாருக்குத் தெரியும்? ஒருவேளை அவள் வாழ்ந்த வாழ்க்கை அவளுக்குச் சரி என இருக்க, காரணங்கள் இருந்திருக்கலாம். யாரையும் குறைசொல்லும் மனம் இப்போது இல்லை. என் வாழ்கைக்கு நானே பொறுப்பு என்னும் நம்பிக்கையை என் மார்புகளுக்குப் பதிலாக வைத்து விட்டேன்.

நினைவுகள், அதை உடைத்துக் களையவும் இயலுவதில்லை. அவள் ஏன் அப்படி ஒரு வாழ்க்கைக்கு மாறியிருந்தாள்?. அந்தப் பங்களா வீட்டுச் சகவாசம் அவளை அடிமைப்படுத்தியிருந்தது. நானும் அப்பாவும் அவளுக்கு விரோதிகள். சாகும்வரை அவள் குற்ற உணர்வு கொண்டதில்லை. பல முறை அவள் வாழ்க்கையை அப்பா நாசமாக்கிவிட்டார் என்று கத்திச் கூச்சலிட்டிருக்கிறாள். அப்பா எனக்கு நல்லவர், அவளுக்குக் கெட்டவர். இந்த முகங்களின் முகமூடிகள்தான் என்ன? எதற்காக அவளுக்கு இந்த உலகை மறக்கும் போதை தேவைப்பட்டது என்பது எனக்குத் தெரியாது. ஆனால், நான் பலமுறை நினைத்திருக்கிறேன். இந்த வலிகளைக் களைய, இந்த நினைவுகளை அழித்துப் போட ஏதாவது மருந்து இருக்குமோ என நினைத்திருக்கிறேன். ஒருவேளை அது தான் போதையோ? இல்லை, அம்மாவின் தவறை நான் செய்யப்போவதில்லை. என் பிள்ளை என்னைப் போல ஒரு நரகத்தில் வாழ்ந்துவிடவேண்டாம். எனக்கு நடனம் போதும். என்னை மறக்க எனக்கு என் சலங்கையின் ஓசை போதும். அதுவே என் போதை. அதுவே எனக்கு மருந்து.

பள்ளிப்பருவம் தாண்டி என் வாழ்கையின் இன்ப நாட்கள் சேதுவோடு காதலில் மலர்ந்த நாட்கள். வீட்டின் வெறுமையை மறக்க

எனக்கு அவன் ஒருவனே இருந்தான். அவன் என் மனதுக்கு மருந்தாக இருந்திருக்கிறான். உண்மைதான். அவனைச் சுற்றியே இத்தனை நாட்கள் இருந்திருக்கிறேன். அப்பாவின் பிரிவை அவன்தான் சரி செய்தான். அவனை முதல் முறை சந்தித்த கல்லூரி வளாகத்திலே மனம் அவன் குழைக்கும் மையைப் போலானது. அவன் அமைதியா? இல்லை களங்கமில்லா அவன் சிரிப்பா? எது என்னை அவனில் பிணைத்துக்கொண்டது என எனக்குத் தெரியாது. அவன் ஓவியமாக என்னைச் சொந்தமாக்கிக் கொண்டான். என்னை, என் உடலை நான் சரியாகக் கவனித்திருந்தால் இந்தப் புற்று நோய் நிலையை நான் தவிர்த்திருக்கலாம். அவனுக்கு இந்தக் கடினத்தைத் தராமல் இருந்திருக்கலாம். என்ன செய்வது?. அலட்சியமாகவே இருந்து விட்டேன். என் நிம்மதியையும் கெடுத்து அவன் நிம்மதியையும் கெடுத்து விட்டேன். அவன் நிம்மதியாக ஓவியத்தை வரைந்திருப்பான். அவனை நான் மிகவும் கடினப்படுத்தியிருக்கிறேன் என உணர்ந்து கொண்டேன். உண்மையில் அவன் கோபம் நியாமானதுதான். ஆனால், வார்த்தைகள் நியாயமற்றவை.

சேதுவும் நானும் வீட்டைப் பார்த்துவிட்டு அதைக் கிடைக்கும் விலைக்கு விற்றுவிடலாம் என முடிவு செய்தோம். குளக்கரை வீட்டிற்கு திரும்புகையில் ஏரிக்குப் போகலாமா? எனக் கேட்டேன். அழைத்துச் சென்றான்.

கரை ஓரத்தில் இருந்த ஒற்றை மரத்தடியில் அமர்ந்தோம். படகு ஓரமாக கட்டப்பட்டிருந்தது. உள்ளே போகலாமா? எனக் கேட்டான்.

"வேண்டாம்" என்றேன்.

உள்ளே செல்லும் மன நிலையிலும் உடல் நிலையிலும் இல்லை. வயிறு நிறைமாத வீக்கமாக இருந்தது. முதுகுவலியும், கால்வலியும் அதிகமாக இருந்தது. பயணங்களில் மனதிற்கு பிடித்த இடங்களை மீண்டும் பார்த்ததும் வரும் இன்பத்தைப் போன்றது இந்த ஏரிக்கரை. கரை ஓரத்தில் அமர்ந்து காதல் நினைவுகளில் தூண்டிலிட்டோம். சேது

எனக்காக வரும்போது ஏதோ ஒரு பூவை எடுத்து வருவான். வரும் வழியில் நிற்கும் சாலையோரப் பூக்களோ இல்லை கல்லறைப் பூக்களோ ஏதோ ஒன்றை அவன் எடுத்து வருவான். அதை அவன் நுகர்ந்தும், மென்மையாகத் தொட்டும் அதைப் பெண்போல ரசித்துக்கொண்டு, நான் வந்ததும் என்னிடம் தருவான். நான் பதிலுக்கு அவன் கன்னத்தில் முத்தம் தருவேன்.

சில நாட்கள் என்னை அங்கே முழுமையாக ஓவியப்படுத்தக் கேட்பேன். அவன் வேண்டாம் என்பான். அவனை சீண்டவே அவன்முன் அரைகுறையாக இருப்பதாக வார்த்தைகளில் சொல்லி விளையாடுவேன். எப்போதும் சிரித்து மகிழ்ந்திருப்போம். இப்போது மனம் கனப்பட்டு முகம் இறுக்கம் கொண்டிருந்தது. வார்த்தைகள் மறந்து போனது போன்ற அமைதி இருவருக்குள்ளும் அணைக்கப்பட்ட தீயின் கனல் சாம்பலைப் போலக் கிடந்தது. காற்று வீசும்போது அவைகள் காணாமல் போவது போல காணாமல் போகிறது. மேகங்கள் வெளிச்சத்தை மறைத்து மீண்டும் விலகி ஏரியின் அழகை மாற்றிக்கொண்டே இருந்தது. அதன்போக்கில் காற்றும் அலை அலையாகக் கோலமிட்டுக்கொண்டிருந்தது. இதே போன்ற ஒரு நாளில் நான் அனாதையாக படகில் அமர்ந்து அவனோடு ஊரைவிட்டு வெளியேறினேன்.

பின்னர், வீதியில் திருமணம், காத்திருந்து பிள்ளை வரம், அலட்சியத்தின் விலையாக புற்றுநோய் என வாழ்க்கை தனிமையின் தேடலுக்குள் என்னை நிறுத்தியிருந்தது. குளமும், மரியம்மாளும், பட்டாளம் சாரும் என் உலகில் எனக்கு கிடைத்த நன்மைகள்.

எப்போதும் எனக்குள் நான் தூங்குவதே இல்லை, என் சுயத்தை எப்போதும் நான் சாகடித்ததில்லை. எதுவானாலும் பார்த்துக்கொள்ளலாம் என நானே என்னில் இருந்துகொண்டு எனக்குச் சொல்லிக் கொள்வேன். கவலை வரும் போதெல்லாம் என் சலங்கை ஒலி என்னைத் தேற்றும். நான் மறைத்துவைத்திருந்த

உதிர்வு

நாட்டியக்காரி என்னில் எழுந்து ஆடத் தவறியதில்லை. எப்போதும் மனம் நாட்டியத்தையே நினைத்துக் கொண்டிருந்தது. அதை எந்தச் சூழலிலும் விட்டு விடுவதில்லை என முடிவு செய்தேன். ஏரியில் சேதுவிடம் குழந்தை பிறந்த பிறகு மீண்டும் நடனத்தைத் தொடரலாம் என நினைக்கிறேன் என்றேன். சேது என்னை அணைத்துக் கொண்டான். சேதுவை அன்பு செய்ய அதுவே போதும் எனப்பட்டது.

மாலை மெல்ல மௌனத்தை அணிந்து கொண்டிருந்தது. சின்னதாக வயிறு வலிப்பதாக மனதில் தோன்றியது, சேதுவிடம் வீட்டிற்குப் போகலாம் எனச் சொல்லி ஏரிக்கரையிலிருந்து கிளம்பினோம்.

கேள்வி

ஒன்பதாம் மாத இறுதியில் சேது என்னை ஓவியமாக்க வேண்டும் என்று கேட்டான். அவன் ஆசைப்படி நிறைமாதமாக, மார்புகளற்று அவன் முன்னால் அமர்ந்திருந்தேன். அவன் என்னைத் தொட்டு ஓவியமாக்கி கொண்டிருந்த போது இருதயம் வேகமாக துடிக்கத் தொடங்கியது. வயிற்றில் என்னமோ ஒரு மாற்றம், சிறுநீர் கழிக்க வேண்டும் போல் இருந்தது. அடிவயிற்றில் மாதவிடாயின் போது வலிப்பது போன்ற வலி உருவாகி மறைந்தது. மனம் குழந்தை பிறக்கப்போகிறது எனத் தெளிவாக அறிந்துகொண்டது. வயிற்றைத் தடவி குழந்தையிடம்,

"வெளியே வர நினைக்கிறாயோ"

எனக் கேட்டேன், முதல் முறை இந்த உலகைப் பார்க்கப் போகிறாய், இந்த உலகம் எவ்வளவு அழகானது என உனக்கு காட்டுவேன். நானும் என் அம்மாவின் வயிற்றில் என்ன நினைத்திருப்பேன் என எண்ணிக் கொண்டேன். என் வாழ்க்கையை என் பிள்ளை வாழ்ந்துவிடக்கூடாது என்பதில் உறுதி கொண்டேன்.

சேதுவை அழைத்து, மருத்துமனைக்குச் செல்லலாம் என்றேன், சேது பட்டாளம் சாரை அழைக்க அவர் முக்கு ரோட்டில் ஆட்டோவிற்குச் சொல்லிவிட்டு வேகமாகச் சட்டை அணிந்து

வீட்டுக்கு வந்தார். இருவரும் என்னை மெல்ல மாடிப்படி இறங்க உதவினார்கள். என் கால்கள் ஏனோ நடுங்கத் தொடங்கியிருந்தன. இதை என்னால் செய்யமுடியுமா எனும் கேள்வி மனதில் தீயாக மூண்டது. மனதில் பயம்தான், அதை மேல் எழுந்து வரவிடவில்லை. நானே முடிந்த வரை நடக்க முயற்சித்தேன் பத்திரமாகப் பிள்ளையைப் பெற்றெடுக்க வேண்டும். எண்ணங்கள் புற்றிலிருந்து கிளம்பும் எறும்புகள் போல பரவிக்கொண்டிருந்தன. மனம் நம்பிக்கையின் வெளிச்சத்தைத் தேடியது.

ஆட்டோ வெளியே வந்து நிற்கும் சத்தம் கேட்டது. மெதுவாக நடந்து முன்வாசல் கடக்கும் போது, பிள்ளையின் அசைவு வயிற்றில் தெரிந்தது, அது உருண்டு கர்ப்பப்பையை முட்டுவதாகப் பட்டது. படி இறங்கும் போது கர்ப்பப்பையின் திரவ நீர் கால் வழி மெல்லக் கசிந்து வடிந்தது. முதலில் நான் சிறுநீர் கழித்துவிட்டதாக நினைத்தேன். ஆட்டோவில் என்னால் அதன் பிசுப்புத் தன்மையை உணரமுடிந்தது. தொப்புளில் துவங்கி வலி வயிறு எல்லாம் பரவுவதாக இருந்தது. பின் அடிவயிற்றில் துவங்கி கால்கள், முதுகெலும்பு, கை, தலை வரை அந்த வலி பரவுவதாக இருந்தது.

கேள்விகள் ஒவ்வொன்றும் மனதை எறும்புகளைப் போல கடித்துத் தின்றன. பிள்ளை என்னவாக இருக்கும்? எப்படி இருக்கும்? சேது என்ன பெயர் சொன்னான். நினைவுகளைச் சேர்த்து ஞாபகப் படுத்த நினைத்தேன். சேது ஆட்டோவில் அவன் வீட்டிற்கு அழைத்து தகவல் சொல்லிக் கொண்டிருந்தான். பட்டாளம் சார் ஓட்டுனருடன் முன் இருக்கையில் அமர்ந்திருந்தார். வழியில் மரியம்மாள் மீன் விற்றுக்கொண்டு வந்து கொண்டிருந்தாள், பட்டாளம் சார் வண்டியை நிறுத்தி தகவலைச் சொன்னதும், அவளும் ஓட்டுநருக்கு வலப்புறம் ஏறிக்கொண்டு கூடையை மடியில் வைத்துக்கோண்டாள். மீன் வாடை எனக்கு வந்தது. அது எனக்குப் பழக்கப்பட்டிருந்தது. சட்டென முகம் வியர்த்து மயக்கம் வருவதாக இருந்தது. நான் கண்கள் மூடி பாதி நினைவில் சேதுவின் தோளில் சாய்ந்தேன்.

இலேசாக கண் இமைகள் திறக்க மஞ்சள் நிறம் கண்களைக் கூசச் செய்தது. என்னவென்று அறியக் கண் திறந்த போது. கொன்றை மரக் காட்டின் நடுவே அமர்ந்திருந்தேன். எங்கும் கொன்றைப் பூக்கள் பூத்திருந்தன. பச்சை இலைகளே இல்லை. தரையிலும் மரத்திலும் பூ விரிந்து படர்ந்து மணம் வீசிக் கொண்டிருந்தது. சூரிய வெளிச்சம் இன்னும் மஞ்சள் ஏறி வீசிக் கொண்டிருந்தது. மனம் பயப்படவில்லை.

மருத்துவமனைச் சத்தங்கள் அங்கங்கே கேட்டது, எதுவும் காட்சிகளாக இல்லை, ஒலி மட்டும் கேட்டு மறைந்தது. கொன்றை மலர்க் காட்டில் அந்த சத்தத்தின் திசையைத் தேடிப்பார்த்தேன். இப்போது மருத்துவப் பரிசோதனை உடைக்கு மாறியிருந்தேன்.

சிறுமி ஒருத்தி இரண்டு குதிரைகளை அழைத்து வந்தாள். இரண்டும் காப்பி நிறக் குதிரைகள். ஒன்றில் அவள் அமர்ந்தபடி இன்னொன்றை எனக்காக அழைத்துவருவது போல அழைத்து வந்தாள். நான் பிரசவ வலியோடு எப்படி அதில் ஏறுவேன்? என எண்ணம் கொண்டேன். என்னை எங்கே அழைத்துச் செல்வாள்? என மனம் எண்ணவே இல்லை. குதிரையை சற்று தள்ளி நிற்க வைத்துவிட்டு, இறங்கி என் அருகில் வந்தாள். அவள் நான் தான். நானும் அவளும் எதுவும் பேசிக் கொள்ளவில்லை. நான் என் வயிற்றைத் தடவ அதைத் தொட்டதும், மறந்த ஒரு எண்ணம் நினைவில் வந்ததுபோல பிரசவவலி என்னில் வந்தது.

உடலின் ரோமங்கள் அனைத்தும் மேலெழுந்து நின்றன, வியர்க்கத் தொடங்கியது, நரம்புகள் பிழிந்து எலும்புகள் வலிகொண்டன. அழுகை என்னை மீறி வந்தது. மனதில் அழுகை இல்லை, உடலின் அழுகை, வலியின் அழுகை, கண்கள் நீர் நிறைந்த குளம் போலானது. சிறுமி என் கால்களை அகல விரித்து வைத்தாள், என் கண்களைப் பார்த்தாள். என்னை நன்றாக மூச்சை உள் இழுத்து வயிறு வழி தள்ள வார்த்தைகள் இல்லாமல் மௌனமாகச் சொன்னாள்.. என்னால் முடிந்தமட்டும் பிள்ளையை வெளியே தள்ள முயன்றேன்.

மனதில் பிறந்த எண்ணங்களை வலி தின்றுகொண்டிருந்தன. என் கைகால்கள் வலுவிழந்து எலும்புகள் இல்லாத் தசை என மாறினது அவற்றை என்னால் அசைக்க இயலவில்லை. நான் இந்தக் கொன்றை மரக்காட்டில் இறந்து விடுவேன் என நினைத்தேன். என் கன்னத்தில் யாரோ அறைந்தார்கள். அவளாகத்தான் இருக்க வேண்டும். அவளை அங்கிருந்து துரத்த வேண்டும்போல இருந்தது. எனக்கு இருந்த ஒரே துணை அவள்தான். அவளை வெறுக்கவும் இயலவில்லை. அவள் கைகளைப் பிடித்துக் கொண்டேன். மூச்சடைத்தது இருதயம் துடிக்கும் வேகத்தை குறைத்துக்கொண்டே வந்தது.

மனம் அறிந்துகொண்டது. இனிமேலும் நான் குழந்தையை வெளியே எடுக்கவில்லை என்றால் அதன் இதயத்துடிப்பு நின்றுவிடும். என்னால் முடியாவிட்டாலும், எலும்புகள் நெரிந்து விலகி அனுபவித்திராத வலியைத் தந்தாலும் நான் தளர்ந்துவிடப் போவதில்லை. என் உடலில் ஒவ்வொரு அணுக்களிலுமுள்ள சக்தியை ஒன்று திரட்டி, வயிற்றை மூச்சால் உந்தினேன். என் கர்ப்பப்பை திறவுபட்டது. அதைத் திரும்ப இழக்கலாகாது. இனி பின்னோக்க முடியாது. மீண்டும் தள்ளினேன். மீண்டும் தள்ளினேன். மெல்ல குழந்தை வெளியே வர.. சிறுமி அதைக் கையில் தூக்கிக் கொண்டாள்.

நான் குடிக்கத் தண்ணீர் கேட்டேன். அவள் சிரித்தாள்: அவள் குழந்தையைப் பார்த்தபடி அதைத் தடவினாள். நான் அது அழவில்லை என பதைத்திருந்தேன். சிறுமி மெதுவாக குழந்தையை எடுத்து வந்து என் கைகளில் தந்து,

"பெண் குழந்தை"

என்றாள். மனம் பூரித்து மகிழ்ந்தது. கொன்றை மலர்கள் மேலிருந்து எங்கள் மேல் விழுந்தன. குழந்தை முதல் முறை அழுதது. நான் உடலளவில் நடுங்கிப் போனேன். என்ன செய்வது? என் மார்பை

அறுத்து எடுத்துவிட்டார்களே! நான் உனக்கு எப்படி பால் அமுதம் தருவேன்? நீ என்னை அம்மா என அழைக்காதே. எந்த நிலையில் நான் உன் அம்மா எனச் சொல்வேன்? நீ அழுகிறாய் உனக்கு நான் என்ன செய்வேன்?

என் அலட்சியம்,

என் அலட்சியம்,

என் அலட்சியம்,

எனக் கதறி அழுதேன்.

சிறுமியிடம் குழந்தையைத் தந்து, என்னிடமிருந்து அவளை எடுத்துப் போகச் சொல்ல நினைத்தேன். நான் ஒரு தாயாக அவளிடம் தோற்று விடுவேன் என பயம்கொண்டேன். உலகத்தின் கடினங்களுக்குள் அவளை வளர்த்து அனுப்புவதைப் பற்றி நடுங்கிப்போனேன். என்னைப் போல ஒருவேளை அவளும்.. என உடைந்து போனேன்.

சிறுமி எனக்கு முன் கால் மடித்து அமர்ந்தாள்.

"நந்தவள்ளி" என, என்னை அழைத்து,

"ஏன் வீணாகக் கவலை கொள்கிறாய். உன் கேள்விகள்தான் அவளின் கேள்விகள். உன் உடல்தான் அவளின் உடல். உன் தவறுகள்தான் அவளின் தவறுகளும்"

என்றுச் சொல்லி, என் கைகளைப் பிடித்து மெல்ல குதிரை மீது ஏறி அமரச் செய்தாள். குழந்தை அழுது கொண்டே இருந்தது. சிறுமி குழந்தையின் காதில் ஏதோ சொன்னாள், குழந்தை அழுகையை நிறுத்தியது. என்னை அறியாமலே நாங்கள் குதிரை மேல் அமர்ந்திருந்தோம். அவள் எனக்குள் இருந்தாள். எங்கோ அழைத்துச் செல்கிறாள் எனப் புரிந்தது. எதைப் பற்றியும் யோசிக்காமல் அவளுடன் பயணப்பட்டேன். குதிரை தூரமாகத் தெரிந்த

வெளிச்சத்தைப் பார்த்து நடந்தது. அவள் ஒரு குதிரையிலும், நாங்கள் இருவரும் ஒரு குதிரையிலும் அமர்ந்திருந்தோம்.

சிறிது தொலைவு கடந்து கொன்றைக் காடு மறைந்தது, வெளிச்சம் நிறைந்த பகுதிக்குள் நுழைந்தோம். அங்கிருந்து தொலைவில் வெளிச்சத்தின் பிரதிபலிப்பு ஒன்று கண்களை கூசச் செய்து என்னை ஈர்த்தது. நான் அந்த வெளிச்சத்தைப் பார்த்துவிட்டு திரும்பினபோது அந்தச் சிறுமியும் குதிரையும் காணாமல் போயிருந்தார்கள். நான் அந்தப் பிரதிபலிப்பைப் பார்த்து குதிரையை நடக்கச் சொன்னேன். குதிரை அந்த இடத்தை வந்து சேர்ந்தபோது..

குழந்தை பிறந்தபோது கொண்ட மகிழ்ச்சியை ஒத்த மகிழ்ச்சியடைந்தேன். அங்கு நான் என் வாழ்க்கையைக் கண்டேன். என் கனவைக் கண்டேன். வேகமாகக் குதிரையிலிருந்து இறங்கி அதன் அருகில் சென்று மண்டியிட்டு அவற்றைக் கைகளில் அள்ளி எடுத்தேன். கண்கள் கலங்கி கண்ணீர் மகிழ்ச்சியின் வெளிப்பாடாக வந்தது. ஆம். சின்னவயதில் நான் கனவில் தொலைத்த என் சலங்கைகள். அதே சலங்கைகள். அதே முத்துச்சரம். அதே ஓசை. குழந்தையையும் சலங்கையையும் மார்போடு அணைத்துக் கண்களை மூடினேன். மனதின் அமைதிக்குள் என்னை முழுமையாக்கினேன்.

கைதட்டும் சத்தம் கேட்டது, கண்களைத் திறந்த போது நாட்டிய நிகழ்ச்சியை முடித்துவிட்டு சேதுவோடு வாகனத்தில் சபாவிலிருந்து குளக்கரை வீட்டிற்குச் சென்று கொண்டிருந்தேன். மதிவதனி என் மடியில் படுத்திருந்தாள். அவள் வளர்ந்திருந்தாள். 'என் பிம்பச் சிறுமி' போலிருந்தாள். கனவில் அவளோடு எப்படி வாழவேண்டும் என நினைத்திருந்தேனோ அப்படியே வாழ்ந்திருந்தேன். அவளுக்கு உடலைப் பற்றிச் சொல்லியிருந்தேன், அந்தந்த நேரத்தில் அவள் தேடலில் விடையாக மாறியிருந்தேன். ஒரு நிமிடம் என் நினைவுகளை என் பிறப்பிலிருந்து இன்றுவரை கோர்த்து

நினைத்துப்பார்த்துக் கொண்டேன். சின்னதான ஒரு புன்னகையை என்னை அறியாமலே சின்னச் சத்தத்தோடு தந்தேன்.

சேது "என்ன ஆச்சு" எனக் கேட்டான்.

"ஒன்றுமில்ல" என, எனக்குள் மௌனமாகச் சிரித்தேன். மதிவதினியைப் பார்த்தேன், அவள் உடலைப் பார்த்தேன். அவள் வளர்கிறாள் என அறிந்து கொண்டேன். மெதுவாக அவளை மனதில் நினைத்துக் கொண்டு அவள் தலையை முடியோடு தடவிக் கொண்டேன்.

தூக்கம் கலைந்தவளாக அவள் என்னைத் திரும்பிப் பார்த்தாள். ஏதோ கனவிலிருந்து விழித்தவளாக, சில வினாடிகள் மௌனத்திற்குப் பிறகு ஏதோ நினைத்தவளாய்..

"அம்மா... எனக்கு ஒன்னு கேக்கணும்" என்றாள்

"கேளு" என்றேன்.

"பெரிய பொண்ணு ஆகுறதுனா என்னம்மா?" எனக் கேட்டாள்.